શેર માર્કેટમાં અબ્દુલ ઝીરોમાંથી હીરો કેવી રીતે બન્યો ?

મારી વાત

શૅર બજારમાં કારોબાર કરવો એ ઘણા મોટા જોખમનું કામ છે. મહેરબાની કરીને તમારી જાતે જ વિશ્લેષણ કરો કે તમારો જોખમ પ્રોફાઈલ શું છે. આ પુસ્તક પરિપૂર્ણ નથી.

આ સ્ટૉક ખરીદવા કે વેચવા માટે એક સલાહકાર પુસ્તક નથી.

આ પુસ્તકની સામગ્રી માત્ર શૈક્ષણિક ઉદ્દેશો માટે છે. પુસ્તક 'શૅર બજારમાં સફળ કેવી રીતે થશો ?'માં રહેલી કોઈપણ સામગ્રી માટે કોઈ જવાબદારી સ્વીકારવામાં આવી નથી.

લેખક સેબી (SEBI)માં એક નોંધણી કરાયેલા સંશોધન વિશ્લેષક છે.

તેમની ટિપ્પણીઓ માત્ર સલાહની અભિવ્યક્તિ છે અને કોઈપણ સમયે શૅર, વિકલ્પ, ભવિષ્ય, બંધન, વસ્તુ, સૂચકાંક અથવા કોઈપણ અન્ય નાણાંકીય સાધનને ખરીદવા કે વેચવાની ભલામણો સ્વરૂપે ન લેવાવી જોઈએ. જો કે તેમનું માનવું છે કે તેમનું કથન સાચું છે, છતાં પણ તે હંમેશા તેમના વિશ્વસનીય સ્રોતોની વિશ્વસનીયતા પર નિર્ભર કરે છે.

લેખક ભલામણ કરે છે કે રોકાણ અંગે કોઈપણ નિર્ણય કરતા પહેલાં તમે એક યોગ્ય રોકાણ સલાહકારની સલાહ લો, જેણે તમારા કાયદાકીય અધિકાર ક્ષેત્રમાં ઉપયુક્ત નિયામક એજન્સીઓ દ્વારા લાઈસન્સ પ્રાપ્ત કરેલું હોય અને એ પણ કે મહત્ત્વપૂર્ણ રોકાણ પ્રતિબદ્ધતાઓમાં પ્રવેશ કરતા પહેલાં તમે પોતાના સ્તર પર તથ્યોની પુષ્ટિ કરી લો.

❖

આ પુસ્તકમાં ઉલ્લેખિત બધાં પાત્ર અબ્દુલ, ચંદુ, ચિંકી, યોગેન્દ્ર, ગિરીશ, ઘીસુભાઈ, રાવ સાહેબ વગેરે કાલ્પનિક છે તથા તમને શૅર બજારનું જ્ઞાન સરળ રીતે આપવા માટે રચવામાં આવ્યાં છે. વાસ્તવિક ઘટનાઓ સાથે તેને કોઈ સંબંધ નથી. વાસ્તવિક જીવન સાથે તેની કોઈપણ રીતે સામ્યતા જણાય તો તેને એક માત્ર સંજોગ સમજવો.

શેર માર્કેટમાં અબ્દુલ ઝીરોમાંથી હીરો કેવી રીતે બન્યો ?

મહેશ ચંદ્ર કૌશિક

ગુજરાતી ભાવાનુવાદ
કાશ્યપી મહા

મુખ્ય વિક્રેતા

નવભારત સાહિત્ય મંદિર

જૈન દેરાસર પાસે, ગાંધી રોડ, અમદાવાદ - ૩૮૦ ૦૦૧

☎ (૦૭૯) ૨૨૧૩૯૨૫૩, ૨૨૧૩૨૯૨૧
૯૮૨૫૦ ૩૨૩૪૦
e-mail : info@navbharatonline.com
www.navbharatonline.com
fb.com/NavbharatSahityaMandir

SHARE MARKETMAN ABDUL
ZEROMATHI HERO KEVI RITE BANYO?
Originally written in Hindi by Mahesh Chandra Kaushik
Gujarati Traslation by Kashyapi Maha
Navbharat Sahitya Mandir
Ahmedabad
2024

ISBN : 978-93-86669-38-4

પહેલી આવૃત્તિ : મે, ૨૦૨૧
પુનર્મુદ્રણ : ઑગસ્ટ, ૨૦૨૪

પ્રકાશક
મહેન્દ્ર પી. શાહ
નવભારત સાહિત્ય મંદિર
જૈન દેરાસર પાસે, ગાંધી રોડ, અમદાવાદ-૩૮૦૦૦૧
ફોન : (૦૭૯) ૨૨૧૩૯૨૫૩, ૨૨૧૩૨૯૨૧
E-mail : info@navbharatonline.com
Web : www.navbharatonline.com
fb.com/NavbharatSahityaMandir

Printed and bound at Repro India Ltd.

પ્રસ્તાવના

મિત્રો, નમસ્કાર. આપના હાથમાં મારું લખેલું જે પુસ્તક છે, તેમાં મેં તમને એક વાર્તાના માધ્યમથી શૅર બજારના ક, ખ, ગથી શરૂ કરીને ઑપ્શન ટ્રેડિંગ સુધીના દરેક દૃષ્ટિકોણને સમજાવવાનો પ્રયત્ન કર્યો છે.

આ પુસ્તકમાં મારા બાર વર્ષના શૅર બજારના અનુભવનો સાર છે. જો તમે મન લગાવીને તેનું એક-એક પૃષ્ઠ ધ્યાનથી વાંચશો તો તમને શૅર બજાર બાળકોની રમત જેવું લાગવા માંડશે.

હું પુસ્તકની પ્રસ્તાવનાને વધારે લાંબી નહીં ખેંચું, કારણ કે હું પોતે જ્યારે પુસ્તકો વાંચું છું ત્યારે લાંબી પ્રસ્તાવનાઓથી મને ચીડ ચડે છે, તેથી હું પ્રસ્તાવનામાં વધારે લખ્યા વિના સીધી વાર્તા જ શરૂ કરીશ. પરંતુ મારો તમને એક આગ્રહ છે. એ આગ્રહ એવો છે કે આ આખી વાર્તા અંદરોઅંદર ગૂંથાયેલી છે, તેથી તેના પહેલા પૃષ્ઠથી લઈને છેલ્લા પૃષ્ઠ સુધી વાંચવું પડશે, વચ્ચે ઉતાવળ કરવાથી કે સીધા આગળનાં પ્રકરણો વાંચવાથી બની શકે કે તમે એ જ્ઞાનનો લાભ મેળવવાથી વંચિત રહી જાઓ, જે હું આ પુસ્તક દ્વારા આપને આપવા ઇચ્છું છું.

આ પુસ્તકના લેખન માટે સૌથી પહેલા હું પરમાત્માનો આભારી છું, જેમણે મને માધ્યમ બનાવીને આ પુસ્તક લખાવ્યું છે, બાકી હું કોઈ મોટો લેખક નથી. હું માત્ર માધ્યમ બન્યો છું. આ પુસ્તકથી તમને કોઈપણ ફાયદો થાય તો આપ મને ધન્યવાદ આપવાને બદલે એ માલિક, પરમેશ્વર, સર્વોચ્ચ સત્તાનો જ આભાર માનજો.

હું મારા બ્લોગ ફોલોઅર, યુ-ટ્યુબ ફોલોઅર અને એપ યુઝરનો પણ આભારી છું, કારણ કે તેમના સતત પ્રોત્સાહન અને કમેન્ટ્સના કારણે જ મેં એન.આઈ.એસ.એમ.ની પરીક્ષા પાસ કરી સેબી (SEBI)માં નોંધણીકૃત

સંશોધન વિશ્લેષક બનવાનો નિર્ણય લીધો તથા પ્રશંસકોના પ્રેમની ઊર્જાથી આ પુસ્તકને લખવાનો નિર્ણય લીધો.

હું મારા સદ્ગુરુદેવ શ્રી શ્રી ૧૦૦૮ સત્યનારાયણજી (ફલાહારી બાબા), આ પુસ્તકનું ટાઈપ કરનારા શ્રી હરીશ પ્રજાપતિ અને ભૂલશોધન માટે શ્રી અશોક ગહલોત, માસ્ટર સાહેબ, ઝાડોલીનો ખૂબ આભારી છું.

હવે આપ આ પુસ્તક વાંચવાનો પ્રારંભ કરજો.

સાદર.

મહેશ ચંદ્ર કૌશિક
રિસર્ચ એનાલિસ્ટ
જે.જે.કોલોની, પિંડવાડા,
જિલ્લો સિરોહી, રાજસ્થાન
ઈમેઈલ - mahesh2073@yahoo.com

અનુવાદક કાશ્યપી મહાનો પરિચય

દાદા દત્તાત્રેય મહા મહારાષ્ટ્રનું ખામગાંવ છોડી, પૂ.મહાત્મા ગાંધીના આગ્રહથી સાબરમતી આશ્રમમાં એક શિલ્પશિક્ષક તરીકે અંતેવાસી બન્યા. એ પછી એમના હાથે 'કુમાર' સામયિકમાં પ્રગટ થતું 'માધુકરી', ગાંધીજીના પ્રિય 'ત્રણ વાંદરા' જેવા પ્રખ્યાત શિલ્પો રચાયા. એમનો વારસો ધરાવતા કાશ્યપી મહા વાણિજ્ય વિદ્યા શાખાના સ્નાતક તેમજ પત્રકારત્વ અને સમૂહપ્રત્યાયન વિષયમાં એમ.એ.-એમ.ફિલ.ની પદવીઓ મેળવી છે. પત્રકારત્વના વીઝીટિંગ ફેકલ્ટી ઉપરાંત તેઓ ગુજરાતી અખબારો અને સ્વૈચ્છિક સંસ્થાઓ સાથે સંકળાયેલા રહ્યાં છે. મણિભવન ગાંધી સંગ્રહાલય માટે ગુજરાતભરના સ્વાતંત્ર્યસેનાનીઓની ઐતિહાસિક ઓડિયો મુલાકાતોનું સ્ક્રીપ્ટ લેખન કાર્ય પણ સુપેરે નિભાવ્યું છે.

એમના દ્વારા વિવિધ ભાષાઓમાંથી અનુવાદિત થયેલાં ૬૫ ઉપરાંત પુસ્તકોમાં, (મરાઠીમાંથી) પ્રથમ જ્યોર્તિલિંગ સોમનાથ મહાદેવના પુનરોદ્ધાર પૂજાવિધિનું અલભ્ય પુસ્તક 'શ્રી સોમનાથ તીર્થ', રાષ્ટ્રીય સ્વયંસેવક સંઘના તૃતીય સરસંઘચાલક 'શ્રી બાળા સાહેબ દેવરસ'નું જીવનચરિત્ર, 'ભારતમાં ખ્રિસ્તીઓઃ એક દસ્તાવેજી વિશ્લેષણ' કરતું સંશોધનઅહેવાલરૂપ પુસ્તક, પૉલ બ્રન્ટન લિખિત 'હિમાલય અને એક તપસ્વી' ***(જેને વર્ષ ૨૦૧૬-૧૭ના લેખિકાના સર્વશ્રેષ્ઠ પુસ્તક તરીકે અનુવાદ શ્રેણીમાં પારિતોષિક મળ્યું છે)***, ટી.લૉબસંગ રામ્પા લિખિત 'તૃતિય નેત્ર' તથા (હિન્દીમાંથી) પ્રકાશ બિયાણી લિખિત 'શૂન્યથી શિખર' અને 'બિઝનેસ ગેમ ચેંજર્સ', 'ટાઇમ મેનેજમેન્ટ અને સફળતા', જનસંઘની થિન્કટેન્ક ગણાતા પં. દિનદયાળ ઉપાધ્યાય લિખિત 'શ્રીમદ્ શંકરાચાર્ય', નોબેલ પારિતોષિક વિજેતા ફ્રેન્ચ લેખક રોમારોલાં લિખિત વિવેકાનંદ, દત્તોપંત ઠેંગડી દ્વારા લિખિત પુસ્તક આધારે 'અખબારજગત અને આપણે' અને (અંગ્રેજીમાંથી) સીસીસીની પરીક્ષા માટે બાબાસાહેબ આંબેડકર ઓપન યુનિ., માટેનું તાલીમી સાહિત્ય, શૈડ હેલ્મસેલ્ટર લિખિત 'શું કહેશો જ્યારે તમે પોતાની સાથે વાત કરશો', નીતા મહેતા લિખિત વિવિધ રેસિપી બુક્સ સહિતના પુસ્તકો સામેલ છે. એમણે બાળભોગ્ય શૈલીમાં 'મહારાજા ભગવતસિંહજી', 'સમર્થ રામદાસ', 'ગુરુદયાલ મલિક' પ્રેરક જીવનચરિત્રો પણ આપ્યાં છે. એમના દ્વારા પુર્નકથિત બાળવાર્તાઓનાનું પુસ્તક 'રેલ પેલ સિનકી' અને ગોવાના રાજ્યપાલ મહામહિમ મૃદુલા સિન્હા લિખિત 'પરિતપ્ત લંકેશ્વરી'નો અનુવાદ ***(જેને સૌરાષ્ટ્ર યુનિ.ના એમ.એ.ના અભ્યાસક્રમના ચોથા સેમેસ્ટરમાં રેફરન્સ બુક તરીકે સામેલ કરવામાં આવી છે)*** પણ પ્રકાશિત થયો છે. મરાઠીમાંથી 'ઉત્તરવાહિની નર્મદા પરિક્રમા', હિન્દીમાંથી ભારત સરકારના પ્રકાશન વિભાગ દ્વારા પ્રકાશિત 'હોગી હમારી જીત', 'ભારત કે ગૌરવ-૧', 'ભારત કી લોકકથાએँ', 'ભારત કે નારી રત્ન', બાબાસાહેબ આપ્ટે લિખિત 'મૃત્યુંજય ભારત', પંડિત દીનદયાલ ઉપાધ્યાય લિખિત 'પોલિટિકલ ડાયરી' તથા અંગ્રેજીમાંથી 'ભારત કે ગૌરવ-૩' શીઘ્ર પ્રકાશ્ય છે.

સંપર્ક : ૬, તપસ્વી જલારામ સોસાયટી, રામતીર્થ સોસાયટી પાસે, જ્ઞાનદા બસ સ્ટેન્ડ, જીવરાજ પાર્ક માર્ગ, વેજલપુર, અમદાવાદ-૩૮૦૦૫૧.

kashyapimaha@gmail.com

અનુક્રમણિકા

અબ્દુલની આર્થિક સ્થિતિ

૯ નવેમ્બર, ૨૦૧૬ની સવારે ચંદુએ ચ્હા પીતાં-પીતાં પોતાના સ્થાનિક ટૅક્સી યુનિયનના અધ્યક્ષને ફોન લગાવ્યો, 'સાહેબ, મારે એક ડ્રાઈવરની જરૂર છે, જે આઠ દિવસ મારી તથા મારા પરિવાર સાથે લાંબા અંતરના પ્રવાસ પર જઈ શકે અને મારી સેન્ટ્રો કાર ચલાવી શકે.'

સામેથી ટૅક્સી યુનિયનના અધ્યક્ષ મોહનભાઈએ આશ્ચર્ય વ્યક્ત કરતાં કહ્યું કે, 'ચંદુજી, તમે સેન્ટ્રો કાર ક્યારે ખરીદી ? તમારે તો જ્યારે જરૂર હોય ત્યારે મારી ટૅક્સી ભાડે લઈ જઈ પ્રવાસ કરો છો.'

ચંદુએ હસતાં-હસતાં કહ્યું, 'હકીકતમાં થોડા દિવસો પહેલાં મને શૅરબજારમાંથી ૧,૩૭,૫૦૦ રૂપિયાનો નફો થયો હતો. તેટલા રૂપિયામાં નવી કાર તો મળતી નથી. મેં એક જૂની ૨૦૦૫ મોડલની સેન્ટ્રો કાર લઈ લીધી છે અને જાતે કાર ચલાવતાં શીખ્યો છું, પરંતુ લાંબા અંતરના પ્રવાસ માટે હું સારો ડ્રાઈવર નથી. આથી મારે મારી ભાણીના લગ્નમાં જવા માટે એક યોગ્ય ડ્રાઈવરની જરૂર છે.'

'સારું, તમારી સાથે અબ્દુલ આવશે જેની પાસે પોતાની ટૅક્સી નથી અને તાજેતરમાં થયેલી નોટબંધીથી ઘણો ચિંતિત છે કે તેનું ગુજરાન કેવી રીતે ચાલશે, કારણ કે તેણે થોડા સમય અગાઉ જ પોતાનો ઍન્ડ્રોઈડ મોબાઈલ ૪,૦૦૦ રૂપિયામાં વેચ્યો હતો અને તેની પાસે ચાર હજાર રૂપિયા પણ જૂની નોટોમાં છે. જે સરકારે બંધ કરી દીધી છે. મોહનભાઈએ કહ્યું કે, 'આથી મારી તમને વિનંતી છે કે, તમે અબ્દુલને ૫૦૦ રૂપિયા પ્રતિદિવસની મજૂરીએ કાર ચલાવવા લઈ જાવ, પરંતુ તેને ૨,૦૦૦ રૂપિયા એડ્વાન્સ પણ આપજો જેથી જ્યાં સુધી આઠ દિવસ તે તમારી પાસે રહે ત્યાં સુધી તેના પરિવારનું કામ નીકળી શકે.'

ચંદુએ મોહનભાઈના પ્રસ્તાવનો રાજીખુશીથી સ્વીકાર કરતાં અબ્દુલને પોતાના આઠ દિવસના પ્રવાસ માટે પોતાના ડ્રાઈવર તરીકે રાખ્યો હતો અને કુલ મજૂરી ૫૦૦ રૂપિયા પ્રતિદિવસ મુજબ ૪,૦૦૦ રૂપિયામાંથી અડધી મજૂરી ૨,૦૦૦ રૂપિયા તેને એડ્વાન્સ આપ્યા હતા.

મારા વાચકો વિચારી રહ્યા હશે કે, જ્યારે ૨૦૧૬માં દેશ ૫૦૦ અને ૧૦૦૦ રૂપિયાની જૂની નોટો બંધ થતાં દેશ નોટબંધી સામે ઝઝૂમી રહ્યો હતો ત્યારે ચંદુ પાસે નવી નોટો ક્યાંથી આવી ?

હકીકતમાં ચંદુને ભાણીના લગ્નમાં જવાનું હતું આથી તેણે નોટબંધી વખતે ઘણો વિચાર કર્યા બાદ એક રસ્તો શોધ્યો અને તેણે એક સ્થાનિક મંદિરના સંચાલકનો સંપર્ક કર્યો હતો. તે મંદિરમાં ઘણો ચઢાવો ૧૦ અને ૨૦ રૂપિયાની નોટના રૂપમાં આવતો હતો, આથી ચંદુને સંચાલક પાસેથી ૧૦, ૨૦, ૫૦ની નાની નોટના રૂપમાં ૩૦ હજાર રૂપિયા ઉધાર મળી ગયા હતા. આ બાજુ અબ્દુલ ઘણી વિકટ પરિસ્થિતિનો સામનો કરી રહ્યો હતો. બાળપણમાં પિતાની છત્રછાયા ગુમાવ્યા બાદ અબ્દુલ મહામહેનતે ૧૨મું ધોરણ પાસ થયો હતો. તે પછી તેના કાકા, જે ટૅક્સી ચલાવતા હતા, તેમણે તેને પણ ટૅક્સી ચલાવતાં શીખવાડ્યું હતું.

કેટલાક દિવસ કાકા રહેમાનમિયાંની ટૅક્સી ચલાવવાથી અબ્દુલને દર મહિને ચારથી પાંચ હજાર રૂપિયાની જ આવક થતી હતી, પરંતુ કુદરતને તે પણ મંજૂર નહોતું. એક દિવસ જ્યારે રહેમાનમિયાં પોતાની ટેક્સીમાં શિરોહીથી પિંડવાડા આવી રહ્યા હતા, ત્યારે તેમનો ટ્રક સાથે અકસ્માત થઈ ગયો હતો, જેમાં રહેમાનમિયાંના મૃત્યુની સાથે તેમની ટૅક્સી પણ ભંગાર થઈ ગઈ હતી. હવે અબ્દુલની પાસે કોઈ કામ નહોતું. તે ટૅક્સી સ્ટૅન્ડ પર બેસી રહેતો હતો. જ્યારે કોઈ અન્ય ડ્રાઈવર બીમાર પડે તો ડીઝલ ખર્ચને બાદ કરતાં જે બચત થતી તેના ૪૦ ટકામાં ચલાવવા આપી દેતા હતા.

આ કામ અબ્દુલને અઠવાડિયામાં બે-ત્રણ દિવસ જ મળતું હતું, આથી તે મહિને માત્ર ત્રણથી ચાર હજાર રૂપિયા જ રળી શકતો હતો. આ રીતે તેણે ૧૦ મહિનાની બચતમાંથી દર મહિને ૬૬૦ રૂપિયાની બચત કરી જે જિયોની કંપનીનો ઍન્ડ્રોઈડ ફોન ૬,૬૦૦ રૂપિયામાં ખરીદ્યો હતો, તે ૪,૦૦૦ રૂપિયામાં તેના ડ્રાઈવર મિત્રને વેચી દીધો હતો. પરંતુ ભગવાનને તે પણ મંજૂર નહોતું,

આથી અબ્દુલને ફોનના વેચાણથી મળેલી ૫૦૦ અને ૧,૦૦૦ની નોટ બંધ થઈ જવાથી તે વધુ આર્થિક સંકટમાં મુકાઈ ગયો હતો, કારણ કે, બેંકોની બહાર ઘણી લાંબી લાઈનો હતી, અબ્દુલની બીમાર માતા આખો દિવસ લાઈનમાં ઊભી રહી શકે તેમ નહોતી અને અબ્દુલ લાઈનમાં ઉભો રહે તો ટૅક્સી સ્ટેન્ડ પર બીજાની ટૅક્સી ચલાવવાથી જે થોડીઘણી આવક થઈ રહી હતી તે પણ ગુમાવવી પડતી.

આથી ચંદુનો આઠ દિવસ માટે ૫૦૦ રૂપિયા પ્રતિદિવસ પર કાર ચલાવવાનો પ્રસ્તાવ અબ્દુલને ખુદાની રહમ લાગી, અને તેણે આ પ્રસ્તાવનો રાજીખુશીથી સ્વીકાર કર્યો હતો.

આ પ્રકરણમાંથી આપણે શું શીખ્યા?

- આ પ્રકરણથી હું તમને એ શીખવવાનો પ્રયાસ કરું છું કે શૅરબજારમાં રોકાણ કરવા માટે વધુ ભણેલા હોવાની જરૂરત નથી અને રોકાણની શરૂઆતમાં લાખ-બે લાખ રૂપિયાની પણ જરૂર નથી. આ વાર્તામાં અબ્દુલ ધોરણ ૧૨ પાસ છે. તેમ છતાં તમે આગળની વાર્તામાં વાંચશો કે, શૅરબજારમાં અબ્દુલ ઝીરોમાંથી હીરો કેવી રીતે બન્યો ?

બીજી તરફ અબ્દુલની નબળી સ્થિતિથી એ શીખી શકો છો કે, તમે તેનાથી પણ વિકટ પરિસ્થિતિમાંથી પસાર થઈ રહ્યા હોત તો જ તમે શૅરબજારમાં રોકાણ કરી શકો એવું નથી. ભગવાનની દયાથી જો તમારી પરિસ્થિતિ અબ્દુલ કરતાં સારી છે અને આ પુસ્તક તમારા હાથમાં છે તો તમે આજથી જ પૈસાદાર બનાવાના રસ્તે નીકળી ચૂક્યા છો. તેના માટે હું તમને અગાઉથી શુભેચ્છા પાઠવું છું.

તો શૅરબજારમાં સફળ થવા માટે પાયાની જરૂરિયાતો શું છે ?

૧. ધોરણ-૧૨ પાસ (જો તેનાથી ઓછું શિક્ષણ હશે તો પણ ચાલશે પરંતુ મારા મતે ધોરણ ૧૨ સુધીનું ભણતર ફાઈનાન્શિયલ માર્કેટમાં શરૂઆત કરવા માટે જરૂરી છે.

૨. ૧૮ વર્ષની વય.

૩. ૩,૦૦૦થી ૪,૦૦૦ રૂપિયા દર મહિનાની નિયમિત આવક.

(અહીં તેનો અર્થ એ નથી કે, તમારે ૩,૦૦૦થી ૪,૦૦૦ રૂપિયાનું દર મહિને શૅરબજારમાં રોકાણ કરવાનું છે. મારી પદ્ધતિમાં તમારે પોતાની મહિનાની કુલ રકમના ૧૦ ટકા શૅરબજારમાં રોકાણ કરવાનું હોય છે. આમ જો તમારી ૩,૦૦૦થી ૪,૦૦૦ રૂપિયા મહિનાની આવક હોય તો દર મહિને માત્ર ૩૦૦ કે ૪૦૦ રૂપિયાનું જ રોકાણ કરવાનું છે. બાકી તમને આ પુસ્તકમાં આગામી પ્રકરણમાં બધું સમજાઈ જશે.)

❑

શૅરબજાર માટે પ્રથમ પગલું

'સાહેબ, આ કાર તમે કેટલામાં ખરીદી ?' અબ્દુલે કાર ચલાવતાં ચંદુને પુછ્યું.

'૧,૩૭,૫૦૦ રૂપિયામાં.' ચંદુએ જવાબ આપ્યો.

'લોન લીધી હશે ને ?' અબ્દુલે વધુ એક પ્રશ્ન કર્યો.

'ના-ના, મેં શૅરબજારમાંથી એક જ દિવસમાં ૧,૩૭,૫૦૦ રૂપિયાની કમાણી કરી અને આ જૂની સેન્ટ્રો કાર ખરીદી લીધી, જેથી હું શીખી પણ શકું અને મારા પરિવાર સાથે મુસાફરી પણ કરી શકું.'

'અરે, શૅરબજાર તો ઘણું જોખમકારક હોય છે ? તો તો તમને ક્યારેક નુકસાન થાય તો તમારે આ કાર વેચવી પણ પડી શકે.'

'હું જે રીતે શેરબજારમાં રોકાણ કરું છું, તેમાં ક્યારેય નુકસાન થતું નથી અબ્દુલ. તું ઇચ્છે તો તું પણ તે રીતે રોકાણ કરી શકે છે.'

'ના સાહેબ, મારે તો ખાવાના પણ ફાંફા છે. પરંતુ ટૅક્સી સ્ટૅન્ડ પર એક કરિયાણાની દુકાનનો વેપારી યોગેન્દ્ર મારો મિત્ર છે. તે ઘણા દિવસોથી શૅરબજારમાં રોકાણ કરવાનું વિચારી રહ્યો છે. આપણી મુસાફરી બાદ હું એક દિવસ યોગેન્દ્રને લઈને તમારી પાસે આવીશ. તમે થોડી સલાહ આપશો તો મારા મિત્રને કરિયાણાની દુકાનથી છુટકારો મળી જશે. કારણ કે, તે કરિયાણાના ધંધાથી કંટાળી ગયો છે અને તે કોઈ મોટો વેપાર કરવા માગે છે, જેનાથી તેને ફાયદો થઈ શકે.'

'સારું.' ચંદુએ જવાબ આપ્યો.

મુસાફરી પૂર્ણ થયા બાદ એક દિવસ અબ્દુલ યોગેન્દ્રને લઈ ચંદુના ઘરે

આવ્યો. ચંદુએ શૅરબજારનું કામ શરૂ કરવા માટે પાયાની જરૂરિયાતો જણાવતાં કહ્યું કે, 'યોગેન્દ્ર, સૌથી પહેલાં તમારે ડી-મેટ ખાતું ખોલાવવું પડશે.'

યોગેન્દ્રએ પૂછ્યું આ ડી-મેટ ખાતું શું હોય છે, સાહેબ ? આ ક્યાં ખોલાવાય છે ?'

'ડી-મેટ ખાતું તમારા બૅન્કના બચત ખાતાની જેમ જ છે. જેવી રીતે તમે બચતખાતામાં પૈસા જમા કરો છો, તેવી રીતે ડી-મેટ ખાતામાં તમારા શૅર અને મ્યુચ્યુઅલ ફંડ્સની યુનિટ્સ ઇલેક્ટ્રોનિકલી જમા રહે છે. આમ તો ડી-મેટ ખાતું એન.એસ.ડી.એલ. અથવા સી.ડી.એસ.એલ.માં ખૂલે છે પરંતુ તમારા ખાતામાં શૅર જમા કરવા અને વેચવા માટે એક દલાલની જરૂર હોય છે આથી આ ખાતું તમે આઈસીઆઈસીઆઈ બૅન્કની ઑનલાઇન ટ્રેડિંગ શાખા આઈસીઆઈસીઆઈ ડાયરેક્ટના માધ્યમથી ખોલાવી શકો છો.'

'પરંતુ સાહેબ મેં સાંભળ્યું છે કે, આઈસીઆઈસીઆઈ ડાયરેક્ટની દલાલી વધુ છે. હું રાત-દિવસ ઇન્ટરનેટ પર કેટલાક ઓછી દલાલીવાળા દલાલોની જાહેરાત જોઉં છું તો ત્યાં ખાતું કેમ ન ખોલાવું ?'

'જો કોઈ તમને લિંક મોકલાવી એમ કહે કે આ લિંક પર જઈ ડી-મેટ ખાતું ખોલાવો, આ દલાલ ઘણો સસ્તો છે, તો તમારે પહેલાં તો ધ્યાન આપવું જોઈએ કે, તે લિંક તેની સંબંધિત (એફિલિએટ) લિંક છે. એટલે કે, તે કંપનીમાં ખાતું ખોલાવાથી તે વ્યક્તિને કમિશન મળશે, જેણે તમને લિંક મોકલી છે. આથી તે તમને ઉત્સાહિત કરી રહ્યો છે.'

'બીજી વાત એ પણ યાદ રાખો કે, જો કંપનીની કોઈ શાખા તમારી નજીક નથી તો ક્યારેક તમે ખાતું બંધ કરાવવા ઇચ્છો તો તમારે શાખામાં જવાની જરૂર પડશે ત્યારે શું થશે ? શું તમે સરળતાથી શાખામાં જઈ શકશો કે તમારે ખાતું બંધ કરાવવા કોઈ મોટા શહેરમાં જવું પડશે.'

'જુઓ યોગેન્દ્ર, આઈસીઆઈસીઆઈ ડાયરેક્ટ વધુ દલાલી લે છે કારણ કે, તે તમને એડવાન્સ ઑનલાઇન ટ્રેડિંગની સુવિધા આપે છે. તેમની વેબસાઇટ આ ક્ષેત્રમાં સૌથી જૂની અને સૌથી વધુ ફિચર-વાળી છે. એવું મને લાગે છે. આ ઉપરાંત આઈસીઆઈસીઆઈ એક બૅન્ક પણ છે. આથી જ્યારે તમે શૅર કે મ્યુચ્યુઅલ ફંડ્સ લેશો તો તમારા બૅન્ક ખાતામાંથી સીધા પૈસા કપાઈ જશે અને

જ્યારે વેચશો તો મળેલી રકમ તમારા ખાતામાં જમા થઈ જશે જે પેપરલેસ કામ છે. પરંતુ જો તમે આ કામ અન્ય દલાલ દ્વારા કરો તો તમારે ચેક દ્વારા લેણ-દેણ કરવી પડી શકે છે જે ઘણું મુશ્કેલ બની શકે છે.'

'સારું.' યોગેન્દ્રએ કહ્યું.

થોડો સમય શાંત રહ્યા પછી યોગેન્દ્રએ કહ્યું, 'હકીકતમાં સાહેબ હું એ કહેવા માગું છું કે, હું એક છૂટક કરિયાણાનો વેપારી છું. મારી દુકાને આખો દિવસ ગ્રાહકોની લાઇન હોય છે. કરિયાણાનો સામાન કાઢવો, તોલવું, ગ્રાહકો પાસેથી પૈસા લેવા, તેમની સાથે ભાવ-તાલની રકઝકમાં આખો દિવસ નીકળી જાય છે. આથી હું ઈચ્છું છું કે, મારું ખાતું ખોલાવી તેની આઈડી અને પાસવર્ડ તમને અથવા મહેશ સર (હું મહેશચંદ્ર કૌશિક આ પુસ્તકનો લેખક છું. તમે મારા બ્લોગ અથવા પુસ્તકો વાંચ્યા હશે તો તમે સમજી ગયા હશો કે, ચંદુ મારી પાસેથી પ્રેરણા લઈ સ્ટોક માર્કેટમાં આવ્યો હતો)ને આપી દઉં. તમે મારા માટે વેપાર કરતા રહેજો હું તમને ફીઝ આપવા પણ તૈયાર છું.'

આ સાંભળી ચંદુ ઘણો હસ્યો. પછી કહ્યું,'બરાબર, આ વાત મેં મારા ગુરુ મહેશ કૌશિકને પાંચ વર્ષ પહેલાં કરી હતી. ત્યારે તેમણે જણાવ્યું હતું કે, ચંદુ, પ્રથમ વાત તો એ કે તમે જેટલા વ્યસ્ત છો તેટલો જ વ્યસ્ત આજકાલ દરેક વ્યક્તિ હોય છે. હું જાતે મારું અને મારી પત્નીના ખાતાનું વિવરણ સારી રીતે સાચવી શકતો નથી ત્યારે હું તમારી મદદ કેવી રીતે કરી શકું ? બીજી વાત એ કે દરેક વ્યક્તિ મહેશ કૌશિક નથી હોતો. જો તમે આ રીતે ફીઝની દરખાસ્ત કરશો અને તમને કોઈ લાલચી અને દગાબાજ વ્યક્તિ મળી ગઈ તો તે તમારી પાસેથી મહેનતાણું તો લેશે અને તમારા ખાતામાં આડેધડ ટ્રેડ કરીને તમને નુકસાન પણ પહોંચાડી શકે છે.

કાયમી ધન કમાવવા માટે જાતે મહેનત કરવી જરૂરી છે, કારણ કે, ધન અને મહેનત પૂરક છે. જો તમે મહેનત વગર ધન કમાઓ તો એવું ધન સ્થિર નથી હોતું. ચાણક્યએ કહ્યું છે 'મહેનત વગર કમાયેલું ધન પણ ૧૨ વર્ષમાં મૂડી અને વ્યાજ સાથે સમાપ્ત થઈ જાય છે તેવી ઈશ્વરીય વ્યવસ્થા છે.'

અબ્દુલ જે અત્યાર સુધી શાંતિથી સાંભળી રહ્યો હતો. તે બોલ્યો,'હા સાહેબ, મારા કાકા કહેતા હતા કે, મહેનત વિના ધંધામાં લાભ થતો નથી.'

'તેં સાચું કહ્યું, અબ્દુલ. મેં સાંભળ્યું છે કે, તમે મહેનતની કમાણીને હક અને હલાલની કમાણી કહો છો અને તેનાથી જ લાભ થાય છે, એમ માનો છો.' ચંદુએ કહ્યું.

'હા સાહેબ.' અબ્દુલે કહ્યું,' અત્યાર સુધી હું એ વિચારતો હતો કે, શૅરબજારમાં રોકાણ કરવું વ્યાજ કમાવવાની જેમ મહેનત વિનાનું કામ છે. તમારી વાતોથી મને ઘણું આશ્ચર્ય થઈ રહ્યું છે કે, શૅરબજારમાં પણ મહેનતની જરૂરત છે. જો આવું છે તો હું પણ ભવિષ્યમાં શ્રીમંત બનીશ ત્યારે શૅરબજારમાં રોકાણ કરવાનું શરૂ કરી દઈશ.' અબ્દુલે પોતાની વાત આગળ વધારી.

'પણ અબ્દુલ, મેં તમને અગાઉ જ કહ્યું હતું કે, શૅરબજારમાં રોકાણ કરવા માટે શ્રીમંત હોવું જરૂરી નથી. જો તમે પાયાની શરતો પૂર્ણ કરો તો તમે પણ શેરબજારમાં રોકાણ કરી પોતાની જાતને શૅરહોલ્ડર અને ઉદ્યોગપતિ માની ગર્વ લઈ શકો છો. હું એ શરત ફરી જણાવી દઉં છું –

૧. ધોરણ-૧૨ પાસ (જો તેનાથી ઓછું શિક્ષણ હશે તો પણ ચાલશે પરંતુ મારા મતે ધોરણ ૧૨ સુધીનું ભણતર ફાઇનાન્શિયલ માર્કેટમાં શરૂઆત કરવા માટે જરૂરી છે.

૨. ૧૮ વર્ષની વય.

૩. ૩,૦૦૦થી ૪,૦૦૦ રૂપિયા દર મહિને નિયમિત માસિક આવક, જેના ૧૦ ટકા તમારે દર મહિને બચાવીને શૅરબજારમાં રોકાણ કરવું પડશે.

અબ્દુલે કહ્યું, 'આ કેવી રીતે શક્ય છે સાહેબ ? જો મારી પાસે શૅર ખરીદવા માટે મૂડી જ નથી તો હું શૅર કેવી રીતે ખરીદી શકીશ ?

ચંદુએ કહ્યું, 'આ માટે તારે 'બેબિલોનના સૌથી શ્રીમંત વ્યક્તિ' પુસ્તકનો અભ્યાસ કરવો જોઈએ. સદ્ભાગ્યે મને આ પુસ્તક મારા ગુરુ મહેશ કૌશિક સાહેબે ભેટ આપ્યું હતું. તે નકલ તમને હું આપું છું. આ પુસ્તક તમારે શૅરબજાર માટે પૈસાની વ્યવસ્થા ક્યાંથી કરવાની છે તે બધું જણાવી દેશે.'

યોગેન્દ્રએ કહ્યું, 'સાહેબ, મારે પણ આ પુસ્તક વાંચવું છે.'

ચંદુએ કહ્યું, 'તમે આ પુસ્તક અમેઝોન પરથી ઑનલાઇન મગાવી વાંચી

શકો છો. તેની લિંક પણ મહેશ સાહેબની શૅરજિનિયસ એપ અને તેમની વેબસાઇટ પર આપી છે. તમે તે લિંક દ્વારા મંગાવી શકો છો.'

આ પુસ્તકની પ્રથમ આવૃત્તિની સમીક્ષામાં કેટલાક વાચકોએ ફરિયાદ કરી હતી કે, આ પુસ્તકમાં હું મારા પુસ્તકો અને એપની જાહેરાત કરી રહ્યો છું.

મહેરબાની કરીને તમારા મન અને મગજને ખુલ્લું રાખી પુસ્તકનો પૂરો ફાયદો ઉઠાવો. મારો હેતુ ક્યારેય જાહેરાત કરવાનો નથી. તમે સમગ્ર પુસ્તક વાંચશો તો સમજી જશો કે, મેં ઉપર જણાવેલ પુસ્તક સાથે મારા તમામ પુસ્તકનો સાર આ પુસ્તકમાં આપ્યો છે. તમે ઇચ્છો તો એકેય પુસ્તક લીધા વિના આ અને મારા બ્લોગ પર ગયા વિના માત્ર આ પુસ્તકથી લાભ પામી શકો છો.

પુસ્તકોની જાણકારી તો એ વાચકો માટે છે જે આ ક્ષેત્રમાં વધુ જાણકારી મેળવવા માગે છે પરંતુ મારી વિનંતી છે કે, મહેરબાની કરીને તેને જાહેરાત ન સમજો.

આ પ્રકરણમાંથી આપણે શું શીખ્યા?

શૅરબજારમાં શરૂઆત કરવા માટે--- સૌથી પહેલાં તમારે પાન કાર્ડ અને આધાર કાર્ડ બનાવવાં પડશે કારણ કે, તેના સિવાય તમારું ડી-મેટ ખાતું ખૂલશે નહીં.

હવે તમે કોઈ બૅન્ક જેમ કે આઈસીઆઈસીઆઈ અથવા એસબીઆઈમાં ડી-મેટ ખાતું ખોલાવવા માટે સંપર્ક કરી શકો છો. હું આઈસીઆઈસીઆઈ ડાયરેક્ટને પ્રાથમિકતા આપું છું. તમે અન્ય કોઈ બૅન્કમાં પણ ડી-મેટ ખાતું ખોલાવી શકો છો. તમે ઇચ્છો તો તમારી નજીક ક્યાંય પણ ડી-મેટ ખાતું ખોલાવી શકો છો. ડી-મેટ ખાતું એન.એસ.ડી.એલ. અથવા સી.ડી.એસ.એલ.માં ખૂલે છે. બૅન્ક અથવા દલાલ તો ટ્રેડિંગ પ્લેટફોર્મ ઉપલબ્ધ કરાવે છે.

પોતાના બ્રાઉઝરમાં www.icicidirect.com ખોલી તમે સીધા ઑનલાઇન ડી-મેટ ખાતા માટે અરજી કરી શકો છો. તે પછી બૅન્કમાંથી તમને ફોન આવશે અને બૅન્કનો પ્રતિનિધિ તમને મળી ફોર્મ ભરાવી લેશે.

જો તમારું અગાઉથી આઈસીઆઈસીઆઈ બૅન્ક અથવા તે બૅન્કમાં જેમાં તમે ડી-મેટ ખાતું ખોલાવવા માગો છો તેમાં બચત ખાતું નથી તો બૅન્ક તમારું

થ્રી ઇન વન (૧-૩) ખાતું ખોલશે. એટલે કે તમારાં ત્રણ ખાતાં ખૂલશે - એક ડી-મેટ ખાતું, જેમાં શૅર જમા કરવામાં આવશે અને કાઢવામાં આવશે. બીજું બચત ખાતું, જેમાંથી રકમ કાઢવામાં આવશે અને જમા થશે. ત્રીજું તમારું આઈસીઆઈસીઆઈ ડાયરેક્ટ પણ ટ્રેડિંગ ખાતું ખૂલશે, જેના દ્વારા તમે ઑનલાઇન ઑર્ડર કરી શકશો.

તમારા ડી-મેટ ખાતાની આઈડી અને પાસવર્ડ કોઈને પણ જણાવશો નહીં.

તમારે શૅર દ્વારા નાણાં કમાવવા માટે દરરોજ ૧-૨ કલાક મહેનત કરવી જરૂરી છે. આ એક-બે કલાકમાં તમે શૅરનું સંશોધન આ પુસ્તકમાં આગળ જણાવ્યા પ્રમાણે કરશો. પોતાના પૉર્ટફોલિયોમાં ઉપલબ્ધ શૅરની વર્તમાન સ્થિતિની જાણકારી મેળવશો. ક્યા શૅર ખરીદવા છે, કયા વેચવા છે, તેનો નિર્ણય લેશો. પોતાની બૅલેન્સ શીટ બનાવશો. પોતાનું જ્ઞાન વધારવા માટે સારાં પુસ્તકો વાંચશો. જો તમને અંગ્રેજી ભાષા ઓછી આવડતી હોય તો દરરોજ થોડું થોડું અંગ્રેજી પણ શીખો. (કેમ એ હું આગળ જણાવીશ)

જો તમે દરરોજ એક-બે કલાક સમય કાઢી ન શકો (હા સોશિયલ મીડિયા પર કલાકો બરબાદ કરી શકો છો) તો શૅરબજારમાંથી પૈસા કમાવવા તમારું કામ નથી. હું સલાહ આપીશ કે સોશિયલ મીડિયા પર ધ્યાન આપો, તમારા મિત્રોને તમારી જરૂર છે.

અહીં વાચકો ધ્યાન રાખે કે હું આઈસીઆઈસીઆઈ બૅન્કનો એજન્ટ નથી. ગમે તે બૅન્ક અથવા ફર્મમાં ડી-મેટ ખાતું ખોલાવી શકો છો. મેં આઈસીઆઈસીઆઈનું નામ એટલા માટે લીધું કેમ કે, હું જાતે વર્ષ ૨૦૦૫થી અને મારી પત્ની વર્ષ ૨૦૧૨થી આઈસીઆઈસીઆઈમાં ટ્રેડિંગ, ડી-મેટ અને બચત ખાતાનો ઉપયોગ કરી રહ્યાં છીએ તથા અમે તેની સેવાઓથી સંપૂર્ણ સંતુષ્ટ છીએ. આથી સ્વાભાવિક છે કે, મને પૂછવામાં આવે તો હું તેની સલાહ આપીશ. પરંતુ એનો અર્થ એ નથી કે, હું બાકી બૅન્કો અથવા સંસ્થાઓમાં ખાતું ખોલાવવાનો વિરોધી છું. તમે ઇચ્છો તો અન્ય બૅન્ક અથવા ફર્મમાં પણ પોતાની મરજી મુજબ ખાતું ખોલાવી શકો છો.

તમારે પોતાના નાણાંની જોગવાઈ શીખવા માટે 'બેબિલોનનો સૌથી શ્રીમંત વ્યક્તિ' પુસ્તક વાંચવું જોઈએ. મૂળ રીતે હજારો વર્ષ જૂના ધન સંબંધી

જે જ્ઞાન આ પુસ્તકમાં આપવામાં આવ્યું છે તે આજે પણ પ્રાસંગિક છે. અહીં તમારે જાણવું રસપ્રદ અને જ્ઞાન આપનારું રહેશે કે, ચાર વર્ષ પહેલાં મારે ત્યાં કૉમ્પ્યૂટર ઓપરેટર શ્રી સુરેન્દ્રસિંહ રાજપૂતે પણ મારી પાસેથી શૅરબજારમાં રોકાણ શીખવા અંગે ઇચ્છા વ્યક્ત કરી હતી. તેને મેં સલાહ આપી હતી કે, સૌથી પહેલાં તમે એમેઝોન પર જઈ 'બેબિલોનનો સૌથી શ્રીમંત વ્યક્તિ' પુસ્તક મગાવી વાંચો અને તેના જ્ઞાનને આત્મસાત કરવાનું શરૂ કરી દો. પરંતુ મારા તે કૉમ્પ્યૂટર ઓપરેટરે ૧૬૦ રૂપિયા ખર્ચવાની હિંમત દર્શાવી નહોતી જોકે, તેણે અમેઝોન પરથી ૪,૦૦૦ રૂપિયાનો સ્પાઇસ કંપનીનો એક મોબાઇલ જરૂર મંગાવ્યો હતો. પરંતુ પુસ્તક માટે ૧૬૦ રૂપિયા ખર્ચવાની હિંમત આજ સુધી એકઠી કરી શક્યો નથી. સ્વાભાવિક છે કે આ ચાર વર્ષમાં વિશ્વ ઘણું આગળ વધી ગયું હતું પરંતુ તે કૉમ્પ્યૂટર ઓપરેટરના બૅન્ક બૅલેન્સમાં આજે પણ ૪,૫૨૬ રૂપિયા છે. જે કદાચ મારી સલાહ માની પુસ્તક વાંચી તેના પર અમલ કરતો તો ૪૫,૨૬૦ અથવા તેનાથી વધારે હોત. અહીં મહેરબાની કરીને ધ્યાન આપો. માત્ર પુસ્તક વાંચવું પૂરતું નથી. આ પુસ્તક ભલે તમે વાંચો કે કોઈ અન્ય, પુસ્તકોમાં માત્ર જ્ઞાન છે, જેમ થાળીમાં ભોજન છે પરંતુ તેને ખાવાથી પેટ ભરાશે. તે જ રીતે પુસ્તકના જ્ઞાનને પણ પચાવવાથી લાભ મળશે. નહીંતર તમે પણ મારા પુસ્તકો વિશે નકારાત્મક સમીક્ષા આપનાર જે એક ટકા મહાન વાચકો છે તેમાં સામેલ થઈ જશો.

❑

અબ્દુલની પ્રથમ બચત

યોગેન્દ્રએ પણ ચંદુ દ્વારા જણાવેલ પુસ્તક મંગાવવામાં ૧૬૦ રૂપિયાનો ખર્ચ કરવું વ્યર્થ માન્યું હતું. તેણે અબ્દુલ પાસેથી જ તે પુસ્તક બે-ત્રણ દિવસ માટે વાંચવા માંગી લીધું કે પહેલાં હું વાંચી લઉં પછી તને આપી દઈશ. તેણે પોતાની કરિયાણાની દુકાને ગ્રાહકોને સામાન આપતાં આપતાં ચંદુ દ્વારા અપાયેલા પુસ્તક પર ઝડપથી નજર નાખી બે-ત્રણ દિવસમાં વાંચી અબ્દુલને પરત આપી દીધી હતી.

યોગેન્દ્રએ ડી-મેટ ખાતું ખોલાવવા માટે આઈસીઆઈસીઆઈમાં ફોન તો પુસ્તક વાંચ્યા પહેલાં જ કરી દીધો હતો જેથી બે-ત્રણ દિવસમાં જ બૅન્કનો પ્રતિનિધિ આવી ગયો અને ફોર્મ વગેરે ભરાવ્યા બાદ પ્રતિનિધિએ તેનું ખાતું ખોલવા માટે તેને ૨૦,૦૦૦ રૂપિયાનો ચેક આપવા કહ્યું.

યોગેન્દ્રએ તરત ચંદુને ફોન કર્યો. ચંદુ તે સમયે માઉન્ટ આબુમાં એક મિટિંગમાં હતો. આથી તેણે યોગેન્દ્રનો ફોન કટ કરી દીધો પરંતુ જ્યારે વારંવાર રિંગ વાગવા લાગી તો તેણે મિટિંગમાંથી બહાર આવી યોગેન્દ્રનો ફોન ઉઠાવ્યો. યોગેન્દ્રએ કહ્યું,'માફ કરજો, સાહેબ આપને તકલીફ પહોંચાડી પરંતુ આઈસીઆઈસીઆઈનો આ પ્રતિનિધિ આવ્યો છે અને તે ૨૦,૦૦૦નો ચેક માગી રહ્યો છે. તમે તો મને કહ્યું હતું કે, શેરબજારમાં કામ શરૂ કરવા માટે પૈસાની જરૂર હોતી નથી તો પછી આ પ્રતિનિધિ ૨૦,૦૦૦નો ચેક કેમ માગી રહ્યો છે ?'

ચંદુએ કહ્યું,' યોગેન્દ્રજી, મેં તમને પહેલાં માત્ર પુસ્તક વાંચવા માટે કહ્યું હતું. તમે પ્રતિનિધિને ક્યારે બોલાવી લીધો ? બીજું પ્રતિનિધિ ૨૦,૦૦૦નો જે ચેક માગી રહ્યો છે, તે તમારા નવા બચત ખાતામાં જ જમા કરશે, જેમાં અત્યારે ખાનગી બૅન્કોમાં નિયમ છે કે, ખાતામાં ૧૦,૦૦૦ રૂપિયા ઓછામાં

ઓછી રકમ મૂકાવે છે. બાકીના ૧૦,૦૦૦ રૂપિયાથી તમે શૅર ખરીદી શકશો.'

' પરંતુ સાહેબ, તમે મારી સાથે જુઠ્ઠું કેમ બોલ્યા ?'

'ના ભાઈ, હું તમારી સામે જુઠ્ઠું નથી બોલ્યો. મેં તમને જે પુસ્તક આપ્યું હતું, તેને તમે વાંચતા તો હું તમને ત્યાંથી શૂન્ય રકમથી શરૂ કરાવતો, પરંતુ તમે તો ઉતાવળ કરી પહેલાં જ ખાતું ખોલાવી દીધું.'

'પરંતુ સાહેબ, પુસ્તક 'બેબિલોનનો સૌથી શ્રીમંત વ્યક્તિ' પુસ્તકમાં શૅરબજારનું ક્યાંય નામ પણ નથી.'

'મારા ભાઈ, તમે તે પુસ્તકમાંથી શું શીખ્યા ?'

'ખાસ કંઈ નહીં સાહેબ, પુસ્તકમાંથી એ શીખ્યો કે, મારે મારી આવકનો ૧૦ ટકા ભાગ દર મહિને પોતાના માટે બચાવવો જોઈએ અને બાકીના ૯૦ ટકાથી કામ ચલાવવું જોઈએ. પરંતુ મારા તો ખર્ચા જ એટલા છે કે, આવકના ૧૦ ટકા બચત કરવી મારા માટે ઘણું મુશ્કેલ બની રહેશે.'

'આશ્ચર્ય છે યોગેન્દ્ર, ૧૦૦ પાનાથી વધુના પુસ્તકમાં તે માત્ર ચાર લાઇનનું જ શિક્ષણ યાદ રહ્યું, બાકી તમે કંઈ જ ન શીખ્યા. ભલે હવે મને મિટિંગમાં મોડું થઈ રહ્યું છે. તમે મને એ જણાવો કે તમારી પાસે ૨૦,૦૦૦ રૂપિયા છે કે નથી ?'

'રૂપિયા તો છે, સાહેબ.'

'તો ઠીક છે પ્રતિનિધિને ચેક આપી ખાતું ખોલાવી લો.' કહીને ચંદુએ ફોન કાપી નાખ્યો.

તે પછી યોગેન્દ્રએ વધુ એક-બે કોલ કર્યા જેને ચંદુએ ઉઠાવ્યા વિના સાયલેન્ટ મોડ પર કરી મિટિંગમાં હાજરી આપી.

બીજી તરફ અબ્દુલે પુસ્તકનાં પાંચ પાનાં વાંચ્યા ત્યારે તેની આંખોમાંથી આંસુ વહેવા લાગ્યા. તેની સમજાઈ ગયું હતું કે, 'હિમ્મતે મર્દા તો મદદે ખુદા (જે વ્યક્તિ હિંમત કરે છે, ભગવાન પણ તેની મદદ કરે છે) તેને સમજાઈ ગયું કે, આટલા દિવસો સુધી ધનવાન બનાવાના પાયાના નિયમો જાણતો ન હોવાથી તે ગરીબ હતો. હવે તેને સમજાયું કે તે શ્રીમંત કેવી રીતે બની શકે છે. અબ્દુલ સાત દિવસ સુધી સતત પુસ્તક વાંચતો રહ્યો હતો અને પોતે અગાઉ કરેલી મૂર્ખામીઓ પર પસ્તાવાનાં આંસુ સારતો રહ્યો. તેણે પુસ્તકની એક-એક લીટી

વાંચી અને નોંધ પણ કરી જેવી રીતે તે શાળાના દિવસોમાં બનાવતો હતો. સમગ્ર પુસ્તક વાંચ્યા બાદ તેણે ચંદુને ફોન કરી કહ્યું કે, હું પણ શૅરબજારમાં રોકાણ કરવા માગું છું. મેં 'બેબિલોનની સૌથી શ્રીમંત વ્યક્તિ' પુસ્તક વાંચી લીધું છે. હવે તમે મને આગળનો રસ્તો બતાવો.'

ચંદુએ પૂછ્યું, 'અબ્દુલભાઈ, આજે તમે શું કમાણી કરી અને તે કમાણીનું શું કર્યું ?'

અબ્દુલે કહ્યું, 'આજે મને કાર ચલાવવાનું કામ મળ્યું હતું. તેનાથી મને ૨૫૦ રૂપિયા મજૂરી મળી. મેં સૌથી પહેલાં તેમાંથી ૧૦ ટકા રકમ એટલે કે, ૨૫ રૂપિયા મારા ભવિષ્યમાં શ્રીમંત બનવાના સ્વપ્ન માટે અલગ રાખ્યા, બાકીના ૨૨૫ રૂપિયા મારી માતાને ઘરખર્ચ માટે આપી દીધા.'

'તો શું તમારી માતા નારાજ ન થયા કે ૨૫ રૂપિયા ક્યાં ગયા ?'

મારી માતા નારાજ નહીં પરંતુ ખુશ થયાં, અગાઉના દિવસોમાં તો હું ૨૫૦ રૂપિયાની કમાણી કરું તો ૧૫૦ રૂપિયા જ મારી માતાને આપતો હતો.'

'કેમ બાકીના ૧૦૦ રૂપિયા ક્યાં જમા કરો છો ?'

'કંઈ નહીં સાહેબ, તેની તો હું સિગરેટ પી જતો હતો. આજે સિગારેટ પીધી નથી. બધા ૨૨૫ રૂપિયા ઘરખર્ચ માટે આપી દીધા અને ૨૫ રૂપિયા શૅરબજારમાં રોકાણ માટે અલગ મૂકી દીધા.'

'શાબાશ અબ્દુલ! હવે તું ચમત્કાર જોઈશ, જેવું તેં અત્યાર સુધી પુસ્તકમાં વાંચ્યું છે. જ્યારે તમે તમારી આવકની ૧૦ ટકા રકમની બચત કરવામાં લગાવો છો અને તેને પોતાના શ્રીમંત બનવાના પ્રવાસમાં લગાવો છો તો ધન સાથે સંબંધિત દૈવીશક્તિઓ સક્રિય થઈ જાય છે અને વધુ ધન તમારી તરફ આકર્ષિત થવા લાગે છે. હવે તમે પોતાની આવકના ૧૦ ટકા રકમ ત્યાં સુધી બચાવો જ્યાં સુધી તમે ૨૦,૦૦૦ રૂપિયાની બચત ન કરી લો. તે પછી તમે આઈસીઆઈસીઆઈ ડાયરેક્ટ અથવા એસબીઆઈ કે તમને જે યોગ્ય લાગે તે કંપનીમાં ડી-મેટ ખાતું ખોલાવવા માટે અરજી કરી શકો છો.'

આ પ્રકરણમાંથી આપણે શું શીખ્યા ?

તમારે ડી-મેટ ખાતું ત્યારે જ ખોલાવવું જોઈએ જ્યારે તમારી પાસે ઓછામાં ઓછા ૨૦,૦૦૦ રૂપિયા હોય, કારણ કે તમારે લગભગ ૧૦,૦૦૦

રૂપિયા તો બચત ખાતામાં ઓછામાં ઓછી રકમ રાખવી પડશે. જેના પર નિયમ મુજબ ચાર ટકા વ્યાજ મળશે. અહીં વાચક ધ્યાન રાખે કે, આ પુસ્તક વર્ષ ૨૦૧૭માં લખાયું હતું. તમે જ્યારે પણ આ પુસ્તકને વાંચી રહ્યા હો, તે સમયના ઓછામાં ઓછી રકમની શરતો અને વ્યાજદરની જાણકારી બેંકમાંથી મેળવી તે મુજબ ઓછામાં ઓછી રકમની વ્યવસ્થા કરવી. મને ખ્યાલ છે કે,મારા કેટલાક વાચકો હજુ પણ 'બેબિલોનની સૌથી શ્રીમંત વ્યક્તિ' પુસ્તક વાંચવા માગતા નથી. તેમના માટે હું જણાવું છું કે, તમે શૅરબજારમાં ૧૦,૦૦૦ રૂપિયાના રોકાણથી શરૂઆત કરો અને પોતાની મહિનાની આવકના ૧૦ ટકા દર મહિને પોતાના શૅરના વેપારમાં વૃદ્ધિ માટે લગાવો. તમારે દર મહિને પોતાની આવકની ૧૦ ટકા રકમ તમારા શ્રીમંત બનવાના પ્રવાસમાં જોડવાના છે. ના તેનાથી ઓછું કે ના તેનાથી વધુ. કારણ કે તમે ૧૦ ટકા રકમ બચાવવા લાગશો તો તમારી આવક આકસ્મિક રીતે વધવા લાગશે, કારણ કે આ ધનનો મૂળભૂત નિયમ છે કે, તે બચાવવાથી વધે છે. મને એક જૈન વેપારીએ જણાવ્યું હતું કે, લક્ષ્મી તેની પ્રતિષ્ઠા રાખે છે જે લક્ષ્મીનું સન્માન કરે છે. તેનાથી તમારી આવક અથવા ફાયદો પોતાની મેળે વધવા લાગે છે.

❑

અબ્દુલની ઉધાર લઈ રોકાણ કરવાની યોજના

અબ્દુલને પોતાની આવકના ૧૦ ટકા રકમ બચાવતાં પૂરા ૧૫ દિવસ પસાર થઈ ગયા. આ ૧૫ દિવસમાં ક્યારેક તેણે ૨૫ રૂપિયા બચાવ્યા, ક્યારેક ૩૫, ક્યારેક ૪૫ તો ક્યારેક ૫૦ રૂપિયા. આમ કરતાં-કરતાં ૧૫ દિવસમાં અબ્દુલે ૬૦૦ રૂપિયાની બચત કરી લીધી હતી.

આ ૧૫ દિવસમાં તેને પોતાનો ખર્ચ ચલાવવામાં કોઈ મુશ્કેલી પડી નહોતી, કારણ કે આ એક સાર્વત્રિક સિદ્ધાંત છે જેને વિશ્વના તમામ અર્થશાસ્ત્રી માને છે કે જો તમે ૧૦૦ રૂપિયાની કમાણી કરી ૯૦ રૂપિયા ખર્ચ કરો છો તો પણ તમને કોઈ મુશ્કેલી પડતી નથી. તમે ૯૦ રૂપિયામાં પણ પોતાની જીવન-શૈલી ૧૦૦ રૂપિયાની જેમ જ રાખી શકો છો.

સાથે તેની આવક પણ આકસ્મિક રીતે વધી ગઈ, કારણ કે અગાઉ ક્યારેય એવું નહોતું બન્યું કે તેને સતત ૧૫ દિવસ ટૅક્સી ચલાવવાનું કામ મળ્યું હોય. આ વખતે જ એવું થયું કે, સતત ૧૫ દિવસમાં એકેય દિવસ એવો નહોતો ગયો કે તેને કામ ન મળ્યું હોય. તેનાથી અબ્દુલને વિશ્વાસ થઈ ગયો કે, કોઈ ઈશ્વરીય શક્તિ તેની મદદ પણ કરી રહી છે.

૧૫મા દિવસે સાંજે અબ્દુલ પર ચંદુનો ફોન આવ્યો કે, સમાચાર પત્રો પહોંચાડવાના કામ માટેની બોલેરો પર એક ડ્રાઇવરની જરૂર છે. સમાચાર પત્રનો માલિક ૨૦,૦૦૦ રૂપિયા દર મહિને પગાર તો આપશે જ, સાથે જ સમાચાર પત્રોને નિર્ધારિત સ્થળો પર ઉતાર્યા બાદ તે બોલેરોમાં જે મુસાફરો ભાડેથી બેસાડશે તે ભાડું પણ વધારાની આવક તરીકે રાખી શકે છે.

અબ્દુલ ઘણો ખુશ થયો. હવે તેને 'બેબિલોનના સૌથી શ્રીમંત વ્યક્તિ'

પુસ્તક પર પૂરો વિશ્વાસ થઈ ગયો હતો. તેણે તરત જ આ પ્રસ્તાવનો સ્વીકાર કરી લીધો. એક મહિના બાદ તેણે ચંદુને વિનંતી કરી કે, તેને એક વખત મહેશ સાહેબ સાથે મુલાકાત કરાવે.

ચંદુએ કહ્યું, 'મહેશ સાહેબ નકામી વાતો કરી સમયનો વ્યય કરવા ઇચ્છતા નથી. આથી તે પોતાના મોબાઈલ નંબર પણ પોતાનાં પુસ્તકો અને બ્લોગમાં આપતા નથી. કારણ કે, મોટાભાગના લોકો યોગેન્દ્રની જેમ મોબાઈલ પર વાતચીત કરીને જલદી શીખવા માગે છે, જે શક્ય નથી. જો મોબાઈલ પર જ કે એક-બે કલાકની મુલાકાતમાં બધું શીખવાડી શકાય તેમ હોત તો તે ચાર પુસ્તકો શા માટે લખતા અને ઈન્ટરનેટ પર ૧,૦૦૦થી વધુ રિસર્ચ રિપોર્ટ્સ લેખ કેમ મૂકતા. તેમજ યૂ-ટ્યૂબ પર પણ તેમની ત્રણ ચૅનલ છે, તેમાં શા માટે શીખવતા ? તેથી જ તે એ જ ફોલોઅર્સને પસંદ કરે છે, જે જાતે તેમની જણાવેલી વાતો પર અમલ કરી શીખે છે.'

અબ્દુલે કહ્યું, 'પરંતુ મારે તેમને કશું પૂછવું કે શીખવું નથી. હું વચન આપું છું કે, હું તેમના પુસ્તકો અને બ્લોગ વાંચી ખરીદીને જ શીખીશ તથા તેમના યૂ-ટ્યૂબ વીડિયો જોઈને શીખીશ. મારે તો તેમની સાથે માત્ર મુલાકાત જ કરવી છે.'

ચંદુએ કહ્યું, 'એવી વાત છે તો હું તારી તેમની સાથે મુલાકાત જરૂર કરાવીશ.'

રવિવારે ચંદુ અને અબ્દુલ મારે ઘરે આવ્યા. મેં તેમની અત્યાર સુધીની વાતને ધ્યાનપૂર્વક સાંભળી અને તે જ સમયે મને આ પુસ્તક લખવાની પ્રેરણા મળી. જેથી મારા ફોલોઅર્સ પણ તેમની વાતમાંથી કંઈક શીખી શકે.'

અબ્દુલને મેં પૂછ્યું, 'અત્યાર સુધી તેં કેટલા પૈસા બચાવ્યા છે ?'

તેણે કહ્યું,' અત્યાર સુધી ૩,૧૪૨ રૂપિયા બચાવી શક્યો છું. જોકે, આ આકસ્મિક રીતે વધુ છે. કારણ કે દોઢ મહિનામાં ૩,૧૪૨ની બચત કરી શકીશ તેમ ક્યારેય વિચારી શકતો નહોતો કારણ કે, અગાઉ તો મારી મહિનાની આવક જ ૪,૦૦૦ રૂપિયા હતી. જો આવકમાં વધારો ન થાત તો હું દોઢ મહિનામાં માત્ર ૬૦૦ રૂપિયાની બચત કરી શકતો પરંતુ મારી આવક પણ બચતની સાથે-સાથે આકસ્મિક રીતે વધી છે.'

'સારું અબ્દુલ, મને લાગે છે કે તું લગભગ છ મહિનામાં ૨૦ હજાર રૂપિયા સહેલાઈથી જમા કરી લઈશ. તે વખતે તમારે ડી-મેટ ખાતું ખોલાવી લેવું.' અબ્દુલે કહ્યું, 'સાહેબ તમે ખોટું ન લગાડો તો એક વાત કહું ? હું ખાતું આજે પણ ખોલાવી શકું છું. કારણ કે અગાઉ સિગારેટ પીતો હતો અને આવક ઓછી હોવા છતાં કિંમતી મોબાઈલ રાખવાનો શોખ ધરાવતો હતો પરંતુ હવે મેં મારા ખર્ચ પણ ઓછા કરી દીધા છે. તેથી મારું જીવન-ધોરણ પણ ઊંચું થઈ રહ્યું છે. હવે અમે વધુ ફળો-શાકભાજી અને પૌષ્ટિક ભોજન પણ લઈ શકીએ છીએ. આથી હું માત્ર ૧૦ ટકા જ બચત શા માટે કરું ? મારી માતાએ મારી આવકમાંથી ૮,૦૦૦ રૂપિયા બચાવ્યા છે, હું તે પણ લઈ શકું છું. મારા સમાચારપત્રના માલિક પણ મને એક મહિનાનો પગાર એડવાન્સમાં આપી દેશે. આ રીતે ૨૦,૦૦૦ રૂપિયાની વ્યવસ્થા હું કરી શકું છું.'

તેની વાત અધવચ્ચેથી કાપતાં ચંદુ હસ્યો, 'સાહેબ આ એટલો બધો ખર્ચ કરતો હતો કે, જ્યારે હું તેને લગ્નમાં ડ્રાઈવર તરીકે લઈ ગયો તો તેણે ઘરખર્ચ ચલાવવા માટે ૨,૦૦૦ રૂપિયા એડ્વાન્સ લીધા હતા. તેમાંથી પણ ૧,૧૦૦ રૂપિયા જ તેની માતાને આપ્યા, બાકીના ૧૦૦ રૂપિયાની સિગારેટ અને ૮૦૦ રૂપિયાના નવા જૂતાં લઈ આવ્યો હતો, કારણ કે, તેને લાગ્યું કે, લગ્નમાં જઈ રહ્યા છીએ તો જૂતાં તો સારા હોવા જોઈએ. એ અલગ વાત છે કે, લગ્ન મારી ભાણીના હતા તેમ છતાં હું તેનાથી બે વર્ષ અગાઉ લીધેલાં જૂતાં પહેરીને ગયો હતો.'

અબ્દુલે કહ્યું, 'હા સાહેબ, હવે મારા ખર્ચા પણ ઓછા થઈ ગયા છે. તેનાથી હું સરળતાથી ઉધાર લઈ તેમજ પોતાની અન્ય બચતોની મદદથી આજે જ ૨૦,૦૦૦ રૂપિયાથી ડી-મેટ ખાતું ખોલાવી શકું છું.'

'ના અબ્દુલ, હું તેની સલાહ નથી આપતો, કારણ કે મોટાભાગે બજારમાં નાના રોકાણકારો આ જ ભૂલને કારણે નિષ્ફળ જાય છે, જે યોગેન્દ્ર અગાઉ કરી ચૂક્યો છે અને તમે પણ એમ જ કરવા ઉત્સુક છો. સાથે જ મારા છેલ્લાં ૧૨ વર્ષના શૅરબજારના અનુભવમાં સેંકડો કૉમેન્ટ અને ઈમેલથી ૯૦ ટકા નાના રોકાણકારો આ જ ભૂલ કરે છે, જેનાથી નાના રોકાણકારો શૅરબજારમાં પૈસા કમાઈ શકતા નથી.

'સાહેબ હું કંઈ સમજ્યો નહીં. મને નથી લાગતું કે મેં કોઈ પણ ખોટી વાત કરી છે. જેને તમે ભૂલ કહી રહ્યા છો.'

'હા અબ્દુલ, આવું કોઈ પણ ભૂલ કરનારને નથી લાગતું કે તે કંઈક ખોટું કરી રહ્યો છે. ત્યારે તો ભૂલો થાય છે. ભૂલ તો કોઈ અનુભવી અને તટસ્થ વ્યક્તિ જ જાણી શકે છે. આજે હું તને તે ભૂલ અંગે વિગતવાર જણાવીશ, જેનાથી બચવાથી તમે શેર બજારમાં ક્યારેય પણ નિષ્ફળ નહીં જાવ. તે ભૂલ છે - તમારી બચતનું અથવા ઉધાર લીધેલી રકમનું શૅરબજારમાં રોકાણ કરવું. આ શિખમાણને સારી રીતે જાણી લો.'

'ક્યારેય તમારી બચત અથવા ઉધાર લીધેલી રકમનું શેરબજારમાં રોકાણ ન કરો. નહીં તો તમારે ગુમાવવું પડશે.'

મારા વાક્ય સાંભળી માત્ર ચંદુ હસી રહ્યો હતો. અબ્દુલના ચહેરા પરથી લાગી રહ્યું હતું કે,તે જેને શૅરબજારનો મોટો જાણકાર સમજી મળવા આવ્યો હતો તે કાં તો મૂરખ છે અથવા તેનું માનસિક સંતુલન બગડી ગયું છે. જેના કારણે તે આવી દંભી વાતો કરી રહ્યા હતા કે, તમારી આવકની ૧૦ ટકા રકમ બચાવી શૅરબજારમાં રોકાણ કરો. પાંચ મિનિટ પછી કહે છે કે, 'ક્યારેય પોતાની બચત અથવા ઉધારમાં લીધેલી રકમનું શૅરબજારમાં રોકાણ ન કરો, નહીં તો તમારે ગુમાવવું પડશે.'

હું સમજુ છું કે, માત્ર અબ્દુલ જ નહીં મારા પુસ્તકના અન્ય વાચકો પણ અહીં પહોંચી મારા વિચારો પર શંકા કરી રહ્યા હશે. પરંતુ હું એક-એક વાત સમજાવીશ. મેં અબ્દુલને સ્વસ્થ થાય તે માટે ચા બનાવવા મારા બાળકોને કહ્યું અને તમને હું પુસ્તક દ્વારા તો ચા પીવડાવી શકતો નથી, તમે ચા, કૉફી, જ્યૂસ જે પણ પીતા હો, જાતે પી લો અને મગજ થોડું ફરી તાજું કરી ફરી પુસ્તકને હાથમાં લો, કારણ કે આજે હું જે જણાવવા જઈ રહ્યો છું, તે જ્ઞાનને પચાવવાનો પ્રયાસ કરો.

તમે જે પણ કમાણી કરો છો તેને બે ભાગમાં વહેંચો છો - (૧) ખર્ચ, (૨) બચત.

બચત એ રકમ છે જે નિયમિત ખર્ચ કર્યા બાદ વધે છે. આ રકમ તમારે પોતાના બાળકોનું શિક્ષણ, લગ્ન-પ્રસંગ, બીમારી, અન્ય કૌટુંબિક તહેવારોના

સમયે કામ આવે છે. બચત હંમેશાં ખર્ચ કર્યા બાદ વધેલી બાકીની રકમ હોય છે અને તેની જરૂર તમને ગમે ત્યારે પડી શકે છે. આ જરૂરિયાતનો કોઈ સમય નક્કી નથી હોતો. જેમ કે માની લો, તમે ચાર મહિનામાં ૧૫,૦૦૦ રૂપિયાની બચત કરી અને અચાનક તમારા પરિવારમાં કોઈ બીમાર થઈ ગયું અથવા દુર્ઘટના થઈ ગઈ તો આ ૧૫,૦૦૦ રૂપિયાના શૅર લીધા હશે તો તમારે તાત્કાલિક આ શૅરને વેચી રોકડ રકમ મેળવવાની જરૂરિયાત જણાશે. આવા સમયે તમારા શૅર જો તમારા ખરીદેલા ભાવથી ઓછા ભાવે ટ્રેડ કરતા હશે તો પણ તમારે વેચવા પડશે, જેનું પરિણામ હશે નુકસાન. આથી તમે જે પણ કમાણી કરો તેને બે ભાગમાં ન વહેંચો, તેને ત્રણ ભાગમાં વહેંચો.

૧૦ ટકા રકમ જેને તમે શ્રીમંત બનવા માટે લાંબા સમયગાળા માટે રોકાણ કરશો. સૌથી પહેલાં આવકમાંથી કાપીને પોતાના ધંધાના વ્યાપ માટે રાખી મૂકો. યાદ રાખો, આ બચત નથી. આ એ રકમ છે જેને તમે ખર્ચ અગાઉ અલગ રાખી છે અને તેને પોતાની આવકનો ભાગ ગણ્યો નથી. તેને તમે શ્રીમંત બનવાની યાત્રામાં રોકાણ કરી દો. (અહીં હું વધુ વિગતવાર નહીં જણાવું. હું માની રહ્યો છું કે, તમે 'બેબિલોનનો સૌથી શ્રીમંત વ્યક્તિ' પુસ્તક વાંચી લીધું છે તેમાં આ મુદ્દો તમે વિગતવાર સમજી લીધો છે.)

બાકી ૯૦ ટકા રકમને તમારી આવક સમજો. તેમાંથી જ તમારે ખર્ચ કરવાનો છે અને ભવિષ્યની જરૂરિયાતો માટે તેમાંથી જ બચત કરવાની છે. તે ૯૦ ટકા રકમમાંથી તમારા ખર્ચ બાદ જે રકમ વધે, તે બચત છે. તેને તમે પોતાના બચત ખાતામાં અથવા બેંક એફડીમાં રાખો અને બાળકોનું શિક્ષણ, લગ્ન, બીમારી વગેરે ખર્ચ આ બચતમાંથી જ કરવાના હોય છે.

ટૂંકમાં, જો તમે શ્રીમંત બનવા માગો છો તો પોતાની આવકને બે ભાગમાં વહેંચવાની ભૂલ ન કરો.

ખર્ચ (અનિશ્ચિત), બચત (અનિશ્ચિત)

તેને ત્રણ ભાગમાં વહેંચો

જરૂરી રોકાણ (૧૦ ટકા નિશ્ચિત),

ખર્ચ (અનિશ્ચિત),

બચત (ખર્ચમાંથી બચેલી રકમ).

અબ્દુલ, તારી સ્થિતિમાં તે આ પ્રકારે છે. પાછલા એક મહિના ૧૫ દિવસમાં તમે ૩૧,૪૨૦ રૂપિયાની કમાણી કરી, જેને ત્રણ ભાગમાં વહેંચતાં ૩,૧૪૨ રૂપિયા થાય એ ૧૦ ટકા રકમ છે જેનાથી તમે દેશના પ્રતિષ્ઠિત ઉદ્યોગોમાં શૅર ખરીદશો. આ બચત નથી. રોકાણ છે. તેને વેચી તારા બાળકોનું શિક્ષણ, બીમારી કે લગ્ન માટે ઉપયોગમાં નહીં લઈ શકાય.

શું કોઈ ઉદ્યોગપતિ પોતાનું કારખાનું વેચી પોતાના બાળકોના લગ્ન કરે છે ?

તે તો ઉદ્યોગ દ્વારા થનારી આવકમાંથી એમ કરે છે, તો આમ જ આ ૩,૧૪૨ રૂપિયા શૅર ખરીદવામાં લગાવવાના છે તો આ એવી રકમ છે જેની તમને આગામી ૧૦,૨૦ કે ૩૦ વર્ષ સુધી જરૂર નથી.

હા, તેમાં ડિવિડન્ડમાંથી જે આવક થાય, તેને ઉદ્યોગમાંથી થનારી આવકની જેમ ઉપયોગ કરી શકો છો. વધારે પડતી જરૂર હોય તો આ ખજાનામાંથી વ્યાજ વગર તમે ઉધાર લઈ શકો છો. આવી સ્થિતિમાં તમે જાતે જ પોતાની બૅન્ક છો. તેમાંથી ઉધાર લઈ તમે જાતે હપતા નક્કી કરી ફરી જમા કરી શકો છો. જ્યારે પણ તમારી આવક આવકવેરો ભરવા જેટલી થઈ જશે ત્યારે હું તમને એક એવી રીત જણાવીશ, જેનાથી તમે આવકવેરો પણ બચાવી શકશો અને આ ઉદ્યોગમાંથી નિયમિત દરમહિને આવક પણ મેળવી શકો છો, જેનો તમે તમારી ઈચ્છા પ્રમાણે ઉપયોગ કરજો. (આ રીત આગળ આ પુસ્તકમાં જ્યારે અબ્દુલની આવક વાર્ષિક ૨.૫૦ લાખથી વધુ થશે, ત્યાં તમને જણાવવામાં આવશે. થોડી ધીરજ રાખો.)

તમારા ૩૧,૪૨૦ રૂપિયામાંથી ૧૦ ટકા રકમ ૩,૧૪૨ રૂપિયા બાદ કર્યા પછી બાકી રકમ ૨૮,૨૭૮ રૂપિયા તમારી માતાને આપ્યા, જેમાંથી માતાએ ૨૦,૨૭૮ રૂપિયા ઘરખર્ચમાં વાપર્યા હતા જેને 'ખર્ચ' કહે છે.

બાકી ૮,૦૦૦ જે માતાની પાસે વધ્યા હતા તે બચત છે, જેનાથી તમારી ભવિષ્યની જરૂરિયાતો પૂર્ણ થશે.

આથી ધીરજ રાખો અને તમારી શૅરબજારની યાત્રા આ ૧૦ ટકા રકમથી

કરો, કારણ કે, તમે શિસ્તબદ્ધ રીતે પોતાની આવકના ૧૦ ટકા રકમ એ સમજી લગાવશો કે, તેની તમને ૫, ૧૦, ૧૫ કે ૩૦ વર્ષ સુધી જરૂર નહીં પડે, ત્યારે તમારા શૅરને સાચવી રાખવાની ક્ષમતા વધશે અને લાંબા ગાળા સુધી રોકાણ રાખવાથી લાંબા ગાળામાં કરમુક્ત આવક હશે.

પરંતુ જો તમે માતાની પાસે જમા ૮,૦૦૦ રૂપિયા શૅરમાં લગાવી દો છો અને ત્રણ દિવસ બાદ માતા બીમાર પડી જાય અને તમારે દવાઓ માટે પૈસાની જરૂર પડશે તો શું કરશો ? શું ત્રણ દિવસમાં જ શૅર વેચી નાખશો ? તે વખતે બજાર નીચે હશે તો શું થશે ? જો તમે પગારમાંથી એડ્‌વાન્સ લઈ શૅર ખરીદવામાં લગાવશો તો પણ તમારામાં શૅર હોલ્ડ કરવાની તાકાત નહીં આવે તથા શૅરના બજારભાવમાં થોડી પણ નરમાશ જોઈ ચિંતિત થઈ જશો.

આ પ્રકરણથી શું શીખ્યા ?

તમારી પાસે શૅરને હોલ્ડ કરવાની તાકાત હોવી જોઈએ. આ તાકાત ત્યારે આવે છે જ્યારે તમે એવી મૂડીનું શૅરમાં રોકાણ કરો છો, જેની જરૂરિયાત તમને આગામી ૧૦ અથવા ૧૫ વર્ષ કે તેનાથી વધુ સમય સુધી નહીં હોય.

તેથી આ પ્રકરણમાંથી આપણે એ શીખ્યા કે, આપણે પોતાની ભવિષ્યની બચત શૅરમાં રોકાણ ન કરવી જોઈએ, કારણ કે શૅરમાં ક્યારેક વધુ પડતો ઘટાડો થઈ શકે છે જેમ કે, અમેરિકામાં વર્ષ ૧૯૩૦માં થયું હતું. આપણા બજારમાં વર્ષ ૨૦૦૧ અને ૨૦૦૮માં થયું હતું. આવા ઘટાડા વખતે તમે તમારી બચતને અડધી કે તેનાથી ઓછી જોઈ ગભરાઈ જશો તથા એવા સમયે તમામ ન્યૂઝ ચૅનલ્સ અને તમારા મિત્ર પણ ડરાવશે કે, શૅરબજાર હવે ક્યારેય ઊંચે નહીં જાય. ઓછામાં ઓછા ૨૦-૩૦ વર્ષ સુધી તો નહીં વધે. તમે ગમે તેટલા સમજદાર કેમ ન હો, જ્યારે તમે વારંવાર એ સાંભળશો કે, માર્કેટ હવે ક્યારેય ઉપર નહીં આવે ત્યારે તમે તમારા શૅર નુકસાન ખાઈ વેચી હંમેશાં માટે શૅરબજારની ટીકા કરનાર લોકોમાં સામેલ થઈ જશો. હું એવા ઘણા લોકોને જાણું છું જેમણે વર્ષ ૨૦૦૮ની પડતી વખતે ઘણું મોટું નુકસાન કર્યું હતું, જોકે, તે જ શૅરને વર્ષ ૨૦૧૭માં પણ રાખી મૂક્યા હોત તો તેમના પૈસા ચાર-પાંચ ગણા થઈ ગયા હોત ?

પરંતુ નુકસાન વેઠવું માનવીના અહમ્‌ને ઠેસ પહોંચાડે છે. તેમાંથી

ઉગરવામાં ઓછામાં ઓછાં ૧૨ વર્ષનો સમય લાગે છે. આટલાં વર્ષોમાં શૅરબજાર ફરી નવી ઊંચાઈએ આવી જાય છે. ત્યારે નુકસાન કરનારા એ લોકો ફરી રોકાણ કરે છે અને તેમની સાથે ફરી એ ઘટના ઘટે છે, જે અગાઉ થઈ હતી., કારણ કે તેઓ હંમેશાં ઊંચાઈ પર જ રોકાણ કરવાની હિંમત રાખે છે.

જોકે, ઇન્ડેક્સ શૅરબજારને માપવાનો યોગ્ય માપદંડ નથી. ઘણા રોકાણકારો, જેમણે મારું પ્રથમ પુસ્તક 'શૅરબજારમાં સફળ થવાની કળા' વાંચ્યું નથી, તે કદાચ આજે પ્રથમવાર જાણશે ઇન્ડેક્સ, જેમ કે નિફ્ટી અને સેન્સેક્સમાં કંપનીઓ બદલાતી રહે છે. વર્ષ ૨૦૦૧માં નિફ્ટી અને સેન્સેક્સમાં જે કંપનીઓ હતી તેમાંથી મોટાભાગની કંપનીઓને બહાર કરી દેવાઈ છે અને નવી કંપનીઓ સામેલ કરાઈ છે તથા આપણા જેવા નાના રોકાણકારો એ ગણતરી કરતા રહે છે કે, આજે નિફ્ટી નીચે આવ્યો, આજે વધી ગયો, જ્યારે વર્ષ ૨૦૦૮માં ખરાબમાં ખરાબ બજારમાં પણ કેટલાક શૅર ૧૫-૨૫-૩૦ ટકાના દરે પણ વધતા હતા પરંતુ નાના રોકાણકારો એક જ મંત્રનો જાપ કરી રહ્યા હતા. શૅરબજાર ઘણું ડાઉન છે અને વધુ ડાઉન થઈ રહ્યું છે. અત્યારે કૅશ પર બેસવું જોઈએ.

❑

અબ્દુલનું પ્રથમ રોકાણ

યોગેન્દ્રનું ડી-મેટ ખાતું ખૂલી ગયું. તેનાં આઈ.ડી. અને પાસવર્ડ પણ આવી ગયા. તે ટ્રેડ કરવા માટે એક લેપટોપ લેવા માગતો હતો સાથે પોતાની દુકાન પર લેપટોપની મદદથી મોબાઇલ રિચાર્જ કરવું, લાઇટબિલ ભરવું વગેરે કામ કરવા માગતો હતો.

તેણે ચંદુને પૂછ્યું કે, 'કયું લેપટોપ ખરીદવું જોઈએ ?'

ચંદુએ કહ્યું, 'તમારે કોઈ ઠીક-ઠાક હાલતમાં જૂનું લેપટોપ ખરીદવું જોઈએ, જે ૭૦૦૦-૮૦૦૦ રૂપિયામાં મળી જાય, કારણ કે કૉમ્પ્યૂટરમાં તો સોફ્ટવેર જ ચાલે છે. હાર્ડવેર જો સારી ક્ષમતાવાળું હોય એટલે કે તેની રેમ, પ્રોસેસર વગેરે સારી ક્ષમતાવાળાં હોય તો જૂના લેપટોપ પર પણ કામ થઈ શકે છે. મહેશ સાહેબ આજે પણ વર્ષ ૨૦૦૯નું લેપટોપ, જેમાં આઈ-થ્રી પ્રોસેસર અને ત્રણ જીબી રેમ છે, તે વાપરે છે તથા આઠ વર્ષથી તેનો ઉપયોગ કરી રહ્યા છે.'

'ના સાહેબ, જૂના લેપટોપથી તો આબરૂ જતી રહે. એચપી કંપનીનું નવું લેપટોપ ૩૦,૦૦૦ રૂપિયામાં ઑનલાઈન મળે છે ત્યાંથી મગાવવાથી મિત્રોમાં મોભો પણ વધશે અને ટ્રેડિંગ પણ કરી લઈશું.

ચંદુએ કહ્યું, 'પરંતુ યોગેન્દ્ર, જો તું ૮,૦૦૦ રૂપિયાનું જૂનુ લેપટોપ ખરીદી તેના પર ૫૦૦ રૂપિયાનો ખર્ચ કરી જરૂરી સોફ્ટવેર નખાવી દે તો ૮,૫૦૦ રૂપિયાથી તમારું કામ થઈ જશે અને વધેલા ૨૧,૫૦૦ રૂપિયાના તું શૅર ખરીદી શકે છે.'

યોગેન્દ્રએ કહ્યું, 'ના-ના ચંદુજી, એક વખત ૩૦,૦૦૦માં નવું જ લેવા દો. શૅર ખરીદવા માટે પૈસાની વ્યવસ્થા તો પછી પણ કરી લઈશ.'

અહીં મારે થોડું વિષયાંતર થયું છે, આથી ટૂંકમાં જણાવી દઉં છું. યોગેન્દ્રએ ૩૦,૦૦૦ રૂપિયાનું લેપટોપ ઑનલાઇન મગાવ્યું, જે ચાલ્યું નહીં, આથી તેણે સ્થાનિક દુકાનદારને બતાવ્યું તો તેણે કહ્યું કે, વિન્ડો વગેરે સોફ્ટવેર નાખેલા નથી. આથી યોગેન્દ્રએ બીજા વધુ પૈસા ખર્ચી સોફ્ટવેર નખાવ્યા, પછી શૅરબજારમાં કામ શરૂ કરવા માટે વારંવાર ચંદુને ફોન કરી બોલાવવા લાગ્યો.

ચંદુએ કહ્યું, 'યોગેન્દ્રજી, તમે યૂ-ટ્યૂબ પર જઈ ICICI DIRECTની વેબસાઇટનો કેવી રીતે ઉપયોગ કરવો તેનો ડેમો જોઈ જાતે જ શીખી જાવ.'

પરંતુ યોગેન્દ્રએ કહ્યું, 'સાહેબ, ડેમો જોવાનો સમય કોની પાસે છે ? તમે જ એકવાર ટૂંકમાં જણાવી દો.'

ચંદુને યોગેન્દ્રના નિરુત્સાહ પર મનમાં ગુસ્સો આવ્યો પરંતુ તે જઈને તેને સમજાવી આવ્યો હતો.

હવે યોગેન્દ્રએ કહ્યું, 'કયા શેર ખરીદું, કેટલાના ખરીદું, ક્યાં સુધી રાખી મૂકું ?'

ચંદુએ કહ્યું, 'તમે મહેશ સાહેબની વેબસાઇટ પર જઈ કોઈપણ ૪-૫ લેખ અને તેમાં આપેલી લિંક ધ્યાનથી વાંચી લેશો તો એ સમજાઈ જશે કે તમારે કયા શેર ખરીદવાના છે, ક્યારે ખરીદવાના છે અને કેટલાના ખરીદવાના છે, ક્યારે વેચવાના છે. તમે ઇચ્છો તો તે માટે તેમનાં પુસ્તક 'The Winnig Theory in Stock Market' પણ ખરીદી શકો છો. જેનું હિંદીમાં ભાષાંતર 'શૅરબજારમેં જીતને કી કલા' પણ એમેઝોન પર મળી રહ્યું છે.'

યોગેન્દ્રએ કહ્યું, 'મારે ક્યાં લાખ-બે લાખ રૂપિયાનું રોકાણ કરવું છે, તો હું પુસ્તક વાંચવામાં સમય બરબાદ કરું ? મને તો તમે જ બે શૅર જણાવી દો. હું ૫,૦૦૦-૫,૦૦૦ રૂપિયાના બે શૅર ખરીદી લઉં છું.'

'પરંતુ યોગેન્દ્ર, આ યોગ્ય રીત નથી. તેનાથી તો તમે શૅરબજારમાં ક્યારેય કમાણી નહીં કરી શકો. તમારે રોકાણ કરવાની તમામ બાબતની અને સ્ટૉપલોસની પોતાને જાણકારી હોવી જોઈએ.'

'તે તો પછી શીખતા રહીશું. એક વખત તો તમે બે શૅર જણાવી દો.'

ચંદુએ બે શૅર જણાવી પીછો છોડાવ્યો.

બીજી તરફ, અબ્દુલે લગભગ છ મહિનામાં સમાચારપત્રની નોકરી કરતાં ૨૦,૦૦૦ રૂપિયાની બચત કરી તથા ધીરજ રાખી આવકના ૧૦ ટકા રકમમાંથી પહેલાં જ ૨૦,૦૦૦ રૂપિયાની બચત કરી ડી-મેટ ખાતું ખોલાવ્યું.

અત્યાર સુધી અબ્દુલની મારી સાથે પણ ઓળખાણ થઈ ગઈ હતી. હું અબ્દુલની લગન અને પુસ્તકો દ્વારા મળેલા જ્ઞાન પર અક્ષરશઃ અમલ કરવાની યોગ્યતાથી પ્રભાવિત થયો હતો. આથી જ્યારે તેણે ડી-મેટ ખાતું ખોલાવ્યા બાદ મારી પાસે વધુ જાણકારી માગી તો મેં તેને રાજીખુશીથી રવિવારે મારા ઘરે મળવા માટે બોલાવી લીધો હતો.

જો કે, અબ્દુલ પાસે પોતાનું લેપટોપ નહોતું, આથી તે યોગેન્દ્રને પણ પોતાની સાથે લાવ્યો હતો. મેં ઔપચારિકતામાં સમય ગુમાવ્યા વિના સીધું જ શૅરબજારનું જ્ઞાન આપવાનું શરૂ કર્યું.

‘જો અબ્દુલ, તારે શૅરબજારમાં વેપાર કરતી વખતે પોતાની જાતને છૂટક કરિયાણાના વેપારીની જેમ સમજવી જોઈએ. આ અંગે વધુ માહિતી મારા પુસ્તક ‘શૅરબજારમેં જીતને કી કલા’થી મેળવી શકો છો.’

અબ્દુલે કહ્યું,‘સાહેબ, તે પુસ્તક તો મેં અગાઉથી જ અમેઝોન પરથી મગાવીને વાંચી લીધું છે.’

યોગેન્દ્ર ચૂપ રહ્યો કારણ કે તે પુસ્તકો દ્વારા જ્ઞાન મેળવ્યા વિના સીધા મોબાઈલ અને સીધી વાતચીતથી જ્ઞાન લેવું વધારે યોગ્ય માનતો હતો.

હું અબ્દુલની વાત સાંભળી વધારે પ્રભાવિત થયો. મેં કહ્યું,‘તો તું મારા બ્લોગ પણ વાંચતો હોઈશ. આજે હું તમને ફરી કેટલાક મુખ્ય મુદ્દા સમજાવી દઉં છું.

‘જો અબ્દુલ મેં મારા શૅરમાં રોકાણને ચાર ભાગમાં વહેંચ્યું છેઃ -

૧. એવા શૅર, જેને હું ૨-૩ અથવા પાંચ વર્ષની દૃષ્ટિથી ખરીદું છું. આ શૅર ચોક્કસપણે છેલ્લા પાંચ વર્ષથી સતત ડિવિડન્ડ આપનાર હોય છે. જેથી હું તેમને બે, ત્રણ અથવા પાંચ વર્ષ સુધી હોલ્ડ કરીને રાખું તો તેમાં ડિવિડન્ડથી આવક થઈ શકે છે. તેને હું

ફંડામેન્ટલ સ્ટોક કહું છું. તમે મારી વેબસાઇટ www.maheshkaushik.com પર આવા શૅરની યાદી જોઈ શકો છો, જેને હું એક-બે મહિનામાં એક વખત અપડેટ કરતો રહું છું. એટલે કે આખા વર્ષમાં લગભગ ૧૨ એવી કંપનીઓમાં લાંબાગાળા માટે રોકાણ કરું છું, જે વેચવાથી મને ૧૦૦ ટકાથી લઈને ૧,૦૦૦ ટકા સુધી નફો આપે છે. તમે તે વેબસાઇટ પર વર્ષ ૨૦૧૪થી આવા શૅરની યાદી પણ જોઈ શકો છો.

૨. બીજા પ્રકારના શેરને હું 'પૈની શૅર' કહું છું. તમે મારા બ્લોગ http://mypennyshare.maheshkaushik.com પર આવા શૅરનું લિસ્ટ જોઈ શકો છો. તેમાં હોલ્ડિંગનો સમય ત્રણ મહિનાથી ત્રણ વર્ષ સુધીનો હોઈ શકે છે. આખા વર્ષમાં હું લગભગ છથી ૧૨ આવા પૈની શૅર શોધી શકું છું, જે ૨૦ રૂપિયા પ્રતિ શૅરથી ઓછા પર ટ્રેડ કરતા હોય છે. તેમાં હું ૨૫ ટકાથી ૨૦૦ ટકા સુધી નફો મેળવી લઉં છું.

૩. ત્રીજા પ્રકારના શૅરને હું 'ટ્રેડિંગ શૅર' કહું છું. તેમાં હું દુકાનદારની જેમ ખરીદ અને વેચાણ કરી લગભગ ત્રણ દિવસથી ત્રણ મહિનામાં ૨૦ ટકાના દરે નફો મેળવી લેવાની સલાહ આપું છું. તમે આ શૅરની યાદી મારા શૅરજિનિયસ બ્લોગ http://sharegenius.maheshkaushik.com પર જોઈ શકો છો.

૪. ચોથા પ્રકારના શૅર 'બ્રેક આઉટ શૅર' છે. એટલે કે એવા શૅર જે તેની ૩૦,૫૦, ૧૫૦ અને ૨૦૦ દિવસની મૂવિંગ એવરેજથી ઉપર બંધ થતા હોય છે તેને 'બ્રેક આઉટ શૅર' કહેવાય છે. તેમને હું ત્રણ દિવસથી એક મહિનામાં ૧૦ ટકા નફો મેળવવા માટે ખરીદું છું. તેને હું કોઈપણ બ્લોગ પોસ્ટ પર અપડેટ કરતો નથી. તેને હું મારા 'શૅરજિનિયસ મલ્ટિબેગર સ્ટૉક્સ' એપ પર અપડેટ કરું છું. તમે આ એપને ગુગલ પ્લે સ્ટોર પરથી ડાઉનલોડ કરી શકો છો.

અબ્દુલે કહ્યું, 'સાહેબ, હું નવો માણસ છું. તમે મારા ગુરુ છો. હું સમજી

શકતો નથી કે ક્યાંથી શરૂઆત કરું ? સૌથી પહેલાં કયા પ્રકારના શૅર ખરીદું ? હું તમારા બ્લોગ અને એપનો ઉપયોગ કરવા માગતો નથી તો હું જાતે આવા શૅરને કેવી રીતે ઓળખું ?'

'અબ્દુલ, તેં તારા બચતખાતામાં ૨૦,૦૦૦ રૂપિયા રાખ્યા છે અને દરમહિને તારે તારા આવકની ૧૦ ટકા રકમ પણ તેમાં જમા કરતા રહેવું. હવે તારે આ ૨૦ હજાર રૂપિયાથી શૅરબજારમાં રોકાણની શરૂઆત કરવાની છે. તેમાં ૧૦,૦૦૦ રૂપિયા તો આઈસીઆઈસીઆઈ બૅન્કના બચત ખાતામાં મિનિમમ બૅલેન્સ રાખવાનું છે. હવે માનીએ કે તારી પાસે માત્ર ૧૦,૦૦૦ રૂપિયાની એવી બચત છે જેનાથી તું મારી રીત પ્રમાણે શૅરબજારમાં રોકાણની શરૂઆત કરવા ઈચ્છે છે. આ ૧૦,૦૦૦ રૂપિયાને પણ તારે ચાર ભાગમાં વહેંચવા પડશે -

૧. સૌથી વધુ ૫૦ ટકા રકમ ફંડામેન્ટલ શૅર ખરીદવા માટે લગાવવાની છે.

૨. તેનાથી અડધી રકમ પૈની શૅરમાં એટલે કે ૨૫ ટકા રકમ પૈની શૅરમાં લગાવવાની છે.

૩. પૈની શેરની પણ અડધી ૧૨.૫ ટકા રકમ ટ્રેડિંગ સ્ટૉક્સમાં લગાવવાની છે.

૪. બાકી ૧૨.૫ ટકા રકમ એપમાં આવનાર બ્રેકઆઉટ શૅરમાં લગાવવાની છે.

એટલે કે તારા ૧૦,૦૦૦ રૂપિયાના ચાર ભાગ કરવાના છે -

૫,૦૦૦ રૂપિયા,

૨,૫૦૦ રૂપિયા

૧,૨૫૦ રૂપિયા

૧,૨૫૦ રૂપિયા

હવે જ્યાં સુધી તું સારા શૅરને ઓળખતાં ન શીખે ત્યાં સુધી તારે મારી એપ અને બ્લોગની મદદ પણ લેવી પડશે. મારી એપ જે મલ્ટિબેગર સ્ટૉક્સ

શૅરજિનિયસના નામથી છે તેને ગૂગલ પ્લે સ્ટોર અને એપ્પલ સ્ટોરથી મફતમાં ડાઉનલોડ કરી શકે છે.

પ્રથમ ૫,૦૦૦ રૂપિયાને એપની ફંડામેન્ટલ ટિપ ટેબમાં જણાવેલ શેરોમાં રોકાણ કરવાનું છે. આ ટેબ મારા વેબપેજ www.maheshkaushik.com થી જોડાયેલી છે. જેથી જેની પાસે એપ નથી તે સીધા વેબસાઇટ પર જઈ શૅર જોઈ શકે છે. અહીં એ વાતનું ધ્યાન રાખવાનું છે કે, જે પણ સ્ટોકમાં તમે રોકાણ કરો છો તે તેની ૨૦૦ દિવસની મૂવિંગ એવરેજથી ઉપર ટ્રેડ કરી રહ્યો હોવો જોઈએ. તમારી સુવિધા માટે મેં મારી વેબસાઇટ પર એક લિંક ઉપલબ્ધ કરાવી રાખી છે ત્યાં જઈને તમે મારા આવા જૂના શૅરની યાદી જોઈ શકો છો જે અત્યારે પણ ખરીદવા જેવા છે. આ લિંક તમને 'મલ્ટિબેગર્સ સ્ટૉક્સ ૨૦૧૮'ના નામે મળશે. જો તમે આ પુસ્તક વર્ષ ૨૦૧૭માં ખરીદ્યું છે તો લિંકનું નામ 'મલ્ટિબેગર્સ સ્ટોક્સ ૨૦૧૮' હશે. જો તમે ૨૦૧૮માં તેને વાંચી રહ્યા છો તો લિંકનું નામ 'મલ્ટિબેગર્સ સ્ટૉક્સ ૨૦૧૯' હશે. એટલે કે જે વર્ષે તમે પુસ્તક વાંચી રહ્યા છો, તેનાથી આગામી વર્ષ લિંકના નામમાં અપાયું હશે.

આ લિંક મેં મારી 'મલ્ટિબેગર્સ સ્ટૉક્સ શૅરજિનિયસ એપ'માં પણ આપી છે. જે તમને 'મલ્ટિબેગર્સ ઇન્ડિયન સ્ટૉક્સ'ના નામથી મળી જશે.

બીજું, ૨,૫૦૦ રૂપિયા એપના પૈની શૅર ટેબમાં જણાવેલ શૅરમાં રોકવાના છે, જે મારા બ્લોગ 'પૈની શૅર'થી જોડાયેલા છે. ઉપર જે મલ્ટિબેગર્સ સ્ટૉક્સ ૨૦૧૮ લિંકનો ઉલ્લેખ કરાયો છે તેમાં પૈની શેર પણ સામેલ છે.

ત્રીજું ૧,૨૫૦ રૂપિયા ટ્રેડિંગ સ્ટૉક્સ ટેબ અથવા મારા શૅરજિનિયસ બ્લોગ પર જે શૅર જણાવાયા છે તેમાંથી કોઈ એકમાં રોકાણ કરવાના છે.

ચોથું ૧,૨૫૦ રૂપિયા એપની બ્રેક આઉટ શૅરમાં લગાવવાના છે.

આ ક્રમનું સતત પુનરાવર્તન કરતા રહેવાનું છે. જ્યારે પણ આવકની ૧૦ ટકા રકમ સતત જમા કરવાને કારણે તમારી પાસે બીજા પાંચ હજાર રૂપિયા જમા થાય ત્યારે તમે બીજા કોઈ ફંડામેન્ટલ સ્ટૉક ખરીદી લો. પછી ૨,૫૦૦ રૂપિયા જમા થાય ત્યારે કોઈ પૈની શૅરમાં લગાવી દો. પછી ૧,૨૫૦ રૂપિયાની બચત થાય તો તેને ટ્રેડિંગ સ્ટૉક્સમાં લગાવી દો ને બીજા ૧,૨૫૦ બ્રેકઆઉટ સ્ટૉક્સમાં રોકી શકો છો.

આ રીતે ધીરે-ધીરે તમારો ડાયવર્સિફાઇડ પૉર્ટફોલિયો (વૈવિધ્યસભર) બનવાનું શરૂ થઈ જશે. આગામી પ્રકરણમાં હું તમને જણાવીશ શૅર વેચી નફો કેવી રીતે મેળવવાનો છે. અબ્દુલ વાત સમજી ગયો હતો અને તેણે પોતાના ૧૦,૦૦૦ રૂપિયા મેં જણાવેલી રીતે ચાર શૅરમાં રોકાણ કર્યા હતા. તે પોતાની આવકમાંથી ૧૦ ટકા રકમ દરમહિને શૅરબજારમાં રોકાણ વધારવા માટે જમા પણ કરી રહ્યો હતો.

આ પ્રકરણથી શું શીખ્યા ?

તમારી મહિનાની આવકની ૧૦ ટકા રકમની છ મહિના સુધી બચત કરતા રહો. હવે જે રકમ જમા થાય તેની -

૧. ૫૦ ટકા રકમ ફંડામેન્ટલ શૅરમાં રોકવાની છે.

૨. તેનાથી અડધી રકમ પૈની શૅરમાં, એટલે કે ૨૫ ટકા રકમ પૈની શૅરમાં રોકવાની છે.

૩. પૈની શૅરની પણ અડધી ૧૨.૫ રકમનું ટ્રેડિંગ સ્ટૉક્સમાં રોકાણ કરવાનું છે.

૪. બાકી ૧૨.૫ ટકા રકમ એપમાં આવનાર બ્રેકઆઉટ શૅરમાં લગાવવાની છે.

તમારી આવકની ૧૦ ટકા રકમ દર મહિને જમા કરતા રહેવાનું છે અને તેમાંથી યોગ્ય રકમ જમા થાય ત્યારે આ ક્રમનું પુનરાવર્તન કરતા રહેવું.

ઉદાહરણ તરીકે સુધીર એક એન્જિનિયર છે. તેની મહિનાની આવક એક લાખ રૂપિયા છે, તો તે ૧૦,૦૦૦ રૂપિયા દરમહિને બચત કરે તો છ મહિનામાં ૬૦,૦૦૦ રૂપિયા જમા કરશે. તો સુધીર એક ફંડામેન્ટલ શૅરમાં ઓછામાં ઓછા ૩૦,૦૦૦ રૂપિયાનું રોકાણ કરશે. દર મહિને એક લાખ રૂપિયા કમાનાર માટે ૩૦,૦૦૦ રૂપિયા એટલી જ નાની રકમ છે જેટલી અબ્દુલ માટે ૫,૦૦૦ રૂપિયા. સુધીર બાકી ૧૫,૦૦૦ રૂપિયા પૈની શૅરમાં અને ૭,૫૦૦-૭,૫૦૦ રૂપિયા ટ્રેડિંગ અને બ્રેકઆઉટ સ્ટૉક્સમાં રોકાણ કરશે. અને આ ક્રમથી જેમ-જેમ રકમ જમા થતી જાય તે પુનરાવર્તન કરતો રહેશે.

અહીં એ વાતનું ધ્યાન આપવું કે, સુધીરને ૬૦,૦૦૦ રૂપિયા એક સાથે

જમા થાય તેની રાહ જોવાની જરૂર નથી. ત્રણ મહિનાના ૩૦,૦૦૦ રૂપિયા જમા થતાં જ તે પ્રથમ ફંડામેન્ટલ સ્ટૉક ખરીદી શકે છે.

કેટલાક વાચકો કંટાળી ગયા હશે. તે વિચારતા હશે કે, હું માત્ર મારા બ્લોગ અને એપનો ઉપયોગ કરવાની રીત સમજાવી રહ્યો છું પરંતુ એવું નથી. મારા પ્રિય વાચકો, હું તમને આત્મનિર્ભર બનાવવા માગું છું, કારણ કે માણસનું શરીર નાશવંત છે અને હું તમને માર્ગદર્શન આપવા હંમેશાં નહીં રહું, પરંતુ મારા મૃત્યુ બાદ પણ મારા પુસ્તક શૅરબજારમાં નવા આવનાર અને જૂના નાણાં ગુમાવનારને આશાની કિરણ બતાવતું રહેશે. આથી તમે ધીરજ રાખો, પુસ્તકના આગામી પ્રકરણમાં હું તમને જાતે શૅર કેવી રીતે ઓળખવા તેની રીત જરૂર જણાવીશ.

❑

ચંદુવાળો સ્ટૉપલૉસ કે ચિંકીવાળો સ્ટૉપલૉસ

અત્યાર સુધી અબ્દુલે પોતાની લગન અને જિજ્ઞાસાથી ઘણું શીખી લીધું હતું. તેણે મારું બીજું પુસ્તક 'શૅર બાઝાર મેં ચંદુને કૈસે કમાયા ઔર ચિંકીને ગંવાયા' પણ એમેઝોન પરથી મંગાવી લીધું હતું અને તે મારા બ્લોગ પણ વાંચી રહ્યો હતો.

તેણે મારા બ્લોગ અને એપમાં આપેલ લિંક મુજબ સૌપ્રથમ શૅર સુપરહાઉસ લિમિટેડનો ખરીદ્યો, જેના વિશે મેં બ્લોગ પર લખ્યું હતું- ખરીદવાની રેન્જ ૧૩૦થી ૧૬૦, લક્ષ્યાંક ૨૦૦+ સ્ટૉપ લૉસ ૨૦૦ ડી.એમ.એ.ના પાંચ ટકા નીચે.

અબ્દુલે જે સમયે શૅર ખરીદ્યો, તે વખતે તે ૧૫૪ પર ટ્રેડ કરી રહ્યો હતો અને તેની ૨૦૦ ડી.એમ.એ. ૧૪૮.૫૦ રૂપિયા હતી. સુપરહાઉસ મહિના અગાઉ ૧૭૫ રૂપિયા પર ટ્રેડ કરી રહ્યો હતો. અબ્દુલ ઘણો ખુશ થયો તેણે વિચાર્યું, ચાલો ૧૭૫નો શૅર ૧૫૪માં મળી રહ્યો છે. સાહેબ દ્વારા ભલામણ કરેલ શૅર પણ છે તો તેનાથી શરૂઆત કરું.

અબ્દુલે ૫૦૦૦/૧૫૪= ૩૨.૪૭ થતાં ૩૨ સુપરહાઉસ લિમિટેડના શૅર ખરીદી લીધા.

થોડાક જ સમય બાદ તેણે જોયું, સુપરહાઉસ ૧૩૯ પર બંધ થઈ ગયો. તે વખતે તેની મુવિંગ એવરેજના પાંચ ટકા પ્રમાણે ૧૪૭.૭૮ના પાંચ ટકા = ૭.૩૯ થાય છે.

તેણે મારા બ્લોગ પર સ્ટૉપ લૉસ અંગે વાંચ્યું હતું. ૨૦૦ દિવસની મુવિંગ એવરેજથી પાંચ ટકા નીચે તો હવે સુપર હાઉસનો બજારભાવ ૧૪૭.૭૮ (૨૦૦ ડી.એમ.એ) - ૭.૩૯ (૫ ટકા)=૧૪૦.૩૯થી પણ ઓછા ૧૩૯ રૂપિયા પર હતો.

અબ્દુલ મારા પર આંખો મીંચીને વિશ્વાસ કરતો હતો. આથી તેણે સ્ટૉપ લૉસનું ચુસ્તપણે પાલન કર્યું અને સુપરહાઉસ ૧૩૯ પર બંધ થતાં જ પોતાના ૩૨ શેર ૧૩૮.૭૦ના ભાવે વેચી ૪,૪૩૮.૪૦ રૂપિયા પરત મેળવી લીધા. એટલે કે શૅરબજારથી ફાયદાને બદલે પ્રથમ નુકસાન લગભગ ૭૦૦ રૂપિયાનું થયું હતું.

લગભગ સાત દિવસ બાદ સુપરહાઉસનો શૅર ફરી વધીને ૧૬૦ રૂપિયા પર બંધ થયો. એટલે કે તેની ૨૦૦ ડી.એમ.એ.થી પાંચ ટકા ઉપર બંધ રહ્યો. અબ્દુલને થોડી ચિંતા થઈ. જો તે મારા જણાવ્યા પ્રમાણે ફરી ૩૨ શૅર ૧૬૦ના ભાવે ખરીદે તો તેને ૫,૧૨૦નું રોકાણ ફરી કરવું પડે છે. તેણે વિચાર્યું, તેની શું ખાતરી છે કે હવે શૅર તેની ૨૦૦ ડી.એમ.એ.ના પાંચ ટકાથી નીચે ફરી બંધ નહીં થાય અને જો તેમ થયું તો શું વારંવાર નુકસાન ભોગવતો રહેશે ?

તેનાથી અબ્દુલ વિચલિત થઈ ગયો અને તે સીધો મારી પાસે આવ્યો. તેણે મને જણાવ્યું કે, તેને ફાયદાને બદલે પ્રથમવારમાં જ નુકસાન થયું છે. તમે તો કહ્યું હતું કે, આ રીતથી હંમેશાં ફાયદો જ થાય છે અને જો આપણે ૨૦૦ ડી.એમ.એ.થી પાંચ ટકા નીચે શૅર વેચી દઈશું અને ફરી ૨૦૦ ડી.એમ.એ.ના પાંચ ટકા ઉપર બંધ થાય ત્યારે ફરી ખરીદીશું ત્યારે આપણે સસ્તું ખરીદી શકીએ છીએ પરંતુ સુપરહાઉસ મામલે તો આવું થયું નથી. હું ઘણો વ્યાકુળ છું. વિચારું છું કે, આ રીતે તો હું શૅરબજારમાં ક્યારેય નફો મેળવી શકીશ નહીં.

મેં અબ્દુલની સમસ્યા ધ્યાનથી સાંભળી અને કહ્યું,'જો અબ્દુલ, શૅરબજારનો મૂળ એક જ નિયમ છે - તે એ છે કે, અનિશ્ચિતતા શૅરબજારનો પાયાનો સિદ્ધાંત છે. એટલે કે અહીં કોઈપણ પરંપરા, જ્ઞાન કે પદ્ધતિ ૧૦૦ ટકા સાચી નથી હોતી, પરંતુ હા, આપણે ૮૦ ટકા સાચી રીતની પસંદગી કરી લઈએ તો આપણે ચિંતા કરવાની જરૂર નહીં રહે.'

એટલે કે મારી જે ૨૦૦ ડી.એમ.એ.ના પાંચ ટકા નીચે સ્ટૉપ લૉસ રાખવાની રીત છે તે ૮૦ ટકા બાબતોમાં સાચી પડે છે જેમ કે-

૧. વર્ષ અગાઉ મેં પ્રતિભા ઇન્ડસ્ટ્રીઝના શૅર ૨૦૦ ડી.એમ.એ.ના પાંચ ટકા નીચે વેચ્યા. ત્યારે ૨૦૦ ડી.એમ.એ. ૨૫-૨૬ની આસપાસ હતો અને મેં ૩૨ રૂપિયા પર ખરીદેલા પ્રતિભા

ઇન્ડસ્ટ્રીઝના શેર ૨૨-૨૩ રૂપિયા સુધી નીચે જઈ તે ૨૦૦ ડી.એમ.એના પાંચ ટકા નીચે બંધ થયો ત્યારે મેં તે શૅર વેચી બાકીની રોકડ રકમ પરત લઈ લીધી હતી. તે પછી પ્રતિભા ઇન્ડસ્ટ્રીઝને એક વર્ષથી વધુ સમય થઈ ગયો. અત્યાર સુધી ૨૦૦ ડી.એમ.એ.થી ઉપર બંધ નથી થયો. અત્યારે પણ ૫-૬ રૂપિયા પર ટ્રેડ કરી રહ્યો છે. હવે તેની ૨૦૦ ડી.એમ.એ. નીચે જતાં-જતાં ૧૧-૧૨ થઈ ગઈ, એટલે કે, હવે જો પ્રતિભા ઇન્ડસ્ટ્રીઝનો શૅર ૨૦૦ ડી.એમ.એના પાંચ ટકાથી ઉપર બંધ થાય તો તે મારા વેચેલા ૨૨ રૂપિયાથી નીચે હશે. એવા ઘણા ઉદાહરણ છે, જ્યારે મેં શૅર ૨૦૦ ડી.એમ.એના પાંચ ટકા ઉપર વેચી દીધા અને તેના વેચાણ કિંમતની ઘણા નીચે જઈ તે સમયે ફરી ખરીદી લીધો જ્યારે તે તેની ૨૦૦ ડી.એમ.એ.ના પાંચ ટકા ઉપર બંધ થયો હતો. આવું ૮૦ ટકા બાબતોમાં થાય એટલે કે જ્યારે આપણે કોઈ શૅરને તેની ૨૦૦ ડી.એમ.એ.ના પાંચ ટકા નીચે બંધ થવા પર વેચી દઈએ તો ૧૦૦માંથી ૮૦ શૅરની બાબતોમાં આપણો નિર્ણય સાચો સાબિત થાય છે. કારણ કે તે પછી આ શૅર એક-બે વર્ષ સુધી નબળો દેખાવ (અંડર પર્ફોર્મ) કરે છે અને તેના ભાવ નીચે જતા હોય છે અને જ્યારે પણ તે ૨૦૦ ડી.એમ.એ.ના પાંચ ટકા ઉપર ફરી બંધ થાય છે ત્યાં સુધી તો ૨૦૦ ડી.એમ.એ. પણ નીચે જઈ ચૂકી હોય છે. ત્યારે આપણને ફરી શૅર સસ્તામાં ખરીદવાનો યોગ્ય સમય મળી જાય છે પરંતુ કમનસીબે ૨૦ ટકા બાબતોમાં આ રણનીતિ ખોટી પણ પડે છે જેવું તમારી સાથે સુપરહાઉસની બાબતમાં થયું.

પરંતુ ૮૦ ટકા બાબતોમાં શૅર જો ૨-૩ વર્ષ સુધી નબળો દેખાવ કરે છે તો રોકડનો આપણે અન્ય જગ્યાએ ઉપયોગ કરી શકીએ છીએ અને આવી હોલ્ડિંગથી બચી શકીએ છીએ, જે બે-ત્રણ વર્ષ સુધી બિનઉપયોગી પડ્યા રહે. ત્યારે ૨૦ ટકા બાબતોમાં ૫૦૦-૭૦૦નું નુકસાન પણ થાય તો કોઈ ફેર પડતો નથી.

હું વધુ વિગતવાર સમજાવું છું. માની લો, વર્ષ દરમિયાન તમે ૫,૦૦૦-૫,૦૦૦ના ૨૦ શૅર ખરીદી એક લાખ રૂપિયાનું રોકાણ કર્યું. તેમાંથી

પાંચ શૅર રિવર્સ ટ્રેડિંગમાં આવી જાય છે. એટલે કે, ૨૦૦ ડી.એમ.એ.ના પાંચ ટકાથી વધુ નીચે પહોંચી જાય છે. ત્યારે તમે આ શૅરને વેચી પોતાની રોકાણ કરેલી રકમ ૨૫,૦૦૦માંથી લગભગ ૨૦,૦૦૦ પરત મેળવી લો છો.

હવે પાંચમાંથી ચાર શૅરમાં તમને તેટલી જ સંખ્યામાં શૅર ઓછી કિંમતમાં લગભગ ૩,૫૦૦માં ફરી ખરીદવા મળી જાય છે. જેટલા તમે અગાઉ પાંચ હજારમાં ખરીદ્યા હતા તો તમે ૪X૩,૫૦૦ = ૧૪,૫૦૦ના રોકાણથી ચાર શૅર ફરી ખરીદી લો છો. જો હવે એક શૅર તરત જ ઉપર ચઢે છે અને તમારે ફરી સમાન માત્રામાં શૅર ખરીદવા માટે ૫,૫૦૦ રૂપિયાનું રોકાણ કરવું પડે તો પણ તમારા ૧૪,૦૦૦+૫,૫૦૦=૧૯,૫૦૦ રૂપિયામાં જ તમામ શૅર પાછા આવી જાય છે. જો તમને હજુ પણ રિવર્સ ટ્રેડિંગ સિસ્ટમ સમજાતી નથી અને તમે નથી ઇચ્છતા કે, તમે દરરોજ શૅરની ૨૦૦ ડી.એમ.એ. પર ધ્યાન રાખો તો તેની એક અન્ય સાદી રીત પણ છે. તે મારા બ્લોગ પર જે ચંદુનું અગાઉનું પ્રદર્શન જણાવ્યું છે તેમાં પણ જણાવાયું છે. તે રીત છે, સ્ટૉપ લૉસનો ઉપયોગ જ ન કરવો.

કેટલાક વાચકો માટે સ્ટૉપ લૉસનો ઉપયોગ ન કરવો ચોંકાવનારું હોઈ શકે છે, કારણ કે તેમનું મન અને મગજ મીડિયાથી પ્રભાવિત થઈ ગયું છે જ્યાં તમામ સ્ટોક માર્કેટના તજ્જ્ઞો સ્ટૉપ લૉસના રોદણાં રડતા રહે છે.

પરંતુ હકીકત એ છે કે જો તમે સારી રીતે અભ્યાસ કરીને મજબૂત ફંડામેન્ટલવાળી કંપનીઓના શૅર ખરીદો છો તો શૅર એક દિવસે તો નફો આપે જ છે. હું મારા બ્લોગમાં વર્ષ ૨૦૦૯થી ૨૦૧૫ સુધી સ્ટૉપ લૉસનો ઉપયોગ કરવાની સલાહ આપતો નહોતો અને જાતે પણ પ્રયોગ કરતો નહોતો. કારણ કે જો તમે મારી સલાહ પ્રમાણે સારા શૅર ખરીદો છો અને એક શૅરમાં નાની રકમનું રોકાણ કરો છો. એટલે કે ૫,૦૦૦થી ૧૦,૦૦૦ રૂપિયા કે તેનાથી પણ ઓછું રોકાણ એક શૅરમાં કરો છો તો જો તે શૅર નીચે જાય તો વધુમાં વધુ કેટલું નુકસાન થશે ? ૫,૦૦૦થી ૧૦,૦૦૦ રૂપિયા તમને વધુમાં વધુ નુકસાન થશે, જો કંપની સંપૂર્ણપણે ડૂબી જાય અથવા વેપારી જ બંધ કરીને ભાગી જાય.

તમે વિચારો શું આવું થાય છે જ્યારે તમે સારું વેચાણ કરનાર કંપનીના શૅર ખરીદો છો ? શું તે કંપની પોતાનો ધંધો બંધ કરી ભાગી જશે, જેનું વેચાણ સારું હોય ?

જો તમે નાની-નાની રકમનું ૪૦ એવી કંપનીઓમાં રોકાણ કરો છો જેમનું વેચાણ સારું છે તો તમને વર્ષમાં ૪૦માંથી ૩૦ કંપનીઓમાં ૨૦ ટકાથી વધુ નફો મેળવવાની તક મળી શકે છે અને જે બાકીની ૧૦ બાકી રહેશે, તેમાં થોડો સમય લાગશે તો પણ તમે આગામી વર્ષે નફો મેળવી શકો છો અને જો તમે ૪૦માંથી ૩૫ શૅરમાં ૨૦ ટકાથી ઉપર નફો મેળવી લો છો તો બાકી રહેલા પાંચ શૅર જો શૂન્ય પણ થઈ જાય તો પણ તમે ફાયદામાં રહેશો.

જો તમને વિશ્વાસ ન થઈ રહ્યો હોય તો મારા બ્લોગ www.maheshkaushik.com પર જઈ તમે છેલ્લાં ચાર વર્ષોનાં ઉદાહરણ જોઈ શકો છો.

યાદ રાખો કે કંપનીનું વેચાણ એ મહત્ત્વપૂર્ણ આંકડો છે. જે એ સુનિશ્ચિત કરે છે કે, કંપનીની કિંમત ક્યારેય શૂન્ય નહીં થાય અને જો શૅર નબળો દેખાવ પણ કરે છે તો એક દિવસ તો ફરી ફાયદામાં આવી જશે.

આ પ્રકરણમાંથી આપણે શું શીખ્યા ?

ક્યારેય એક સાથે એક જ શૅરમાં મોટી રકમનું રોકાણ ન કરો. કોઈ શૅરમાં વધુ રોકાણ કરવું હોય તો પણ લાખ-બે લાખના શૅર ખરીદ્યા વિના દરમહિને ૫,૦૦૦ કે ૧૦,૦૦૦નું રોકાણ કરી રોકાણ વધારો. શક્ય હોય તો મારા પુસ્તક 'શૅર બાઝાર મેં ચંદુને કૈસે કમાયા ઔર ચિંકીને ગંવાયા' વાંચો અને મોટું રોકાણ તેમાં જણાવ્યા પ્રમાણે જ કરો.

એક દુકાનદારની જેમ પોતાના પૉર્ટફોલિયોમાં વિવિધ કંપનીઓના શૅર રાખો. જેમ એક છૂટક દુકાનમાં અલગ-અલગ પ્રકારનો સામાન હોય છે. જો તમે નાનું રોકાણ એક કંપનીમાં કરો છો અને કંપની સારું વેચાણ ધરાવે છે તો સ્ટૉપ લૉસ રાખવાની જરૂર નથી.

સ્ટૉપ લૉસ માત્ર એમના માટે છે જે એક સાથે ઘણું મોટું રોકાણ કરે છે અને જેની ક્ષમતા નથી કે તેઓ નીચે જતા શૅરને રાખી શકે. આવા રોકાણકારો મારી રિવર્સ ટ્રેડિંગ સિસ્ટમ અપનાવે. એટલે કે જ્યારે પણ તેમનો શૅર ૨૦૦ ડી.એમ.એ.ના પાંચ ટકાથી વધુ નીચે બંધ થાય તો તેને વેચી વધેલી રકમ અન્ય શૅરમાં લગાવે.

જે શૅરને વેચ્યો હતો, તે આપણી પાસે કાલ્પનિક રીતે હોલ્ડ હોય, એટલે કે રોજ તેની ૨૦૦ ડી.એમ.એ.ને ચેક કરતા રહો. જ્યારે તે ફરી ૨૦૦

ડી.એમ.એ.ના પાંચ ટકાથી ઉપર બંધ થઈ જાય ત્યારે તે શૅરને ફરી ખરીદવાથી ૮૦ ટકા બાબતોમાં આપણને શૅર તે ભાવથી પણ ઓછા ભાવે મળી જાય છે, જે ભાવથી આપણે તેને વેચ્યો હતો. સાથે જ ફરી ૨૦૦ ડી.એમ.એ.થી ઉપર બંધ થવું એક પ્રકારનો બ્રેકઆઉટ છે. જેનાથી શૅર ઝડપથી આપણને નફો આપી જાય છે. આ રીતે નફાનો લક્ષ્યાંક આપણને અગાઉના નુકસાનની ભરપાઈ થઈ શકે તે મુજબ થોડો વધારે રાખવો જોઈએ.

જેમ કે તમે શૅર ૧૦૦ રૂપિયામાં ખરીદ્યો હતો અને તમારો શરૂઆતનો લક્ષ્યાંક ૨૦ ટકા વધારે એટલે કે, ૧૨૦ રૂપિયા હતો. હવે તમારો શૅર તેની ૨૦૦ ડી.એ મ.એથી પાંચ ટકા ઘટીને બંધ થાય છે અને તમે તેને ૯૦ રૂપિયા પર વેચી ૧૦ રૂપિયા પ્રતિ શૅરનું નુકસાન કરી લો છો અને ફરી તે જ શૅરને ૯૮ રૂપિયામાં ખરીદો છો તો હવે તમારો લક્ષ્યાંક ૯૮ના ૨૦ ટકા વધારીને એટલે કે ૧૧૭.૬૦ હોવો જોઈએ. પરંતુ તેમાં પહેલાં થયેલું નુકસાન ૧૦ રૂપિયા પ્રતિ શૅર વધારી નવો લક્ષ્યાંક તમારે ૧૨૭.૬૦ રૂપિયા પ્રતિ શૅર રાખવો પડશે.

તમે આટલી ઝંઝટ ન ઇચ્છો તો માત્ર હોલ્ડ કરી રાખો અને તમારો લક્ષ્યાંક આવવાની રાહ જુઓ.

❑

કોઈ શૅર ખરીદતાં અગાઉ શું-શું તપાસશો

અબ્દુલે હવે એ નક્કી કર્યું કે તે સ્ટૉપ લૉસની ચિંતા કરવાનું છોડી દેશે અને મારી રીત મુજબ એક કંપનીમાં ૫,૦૦૦ રૂપિયાનું રોકાણ કરી તેને હોલ્ડ કરશે. જ્યારે પણ કંપનીના શૅર ૨૦ ટકા નફો આપશે, ત્યારે તેને વેચી નાખશે, નહીં તો હોલ્ડ કરશે.

જ્યારે તેણે આ વાત યોગેન્દ્રને જણાવી ત્યારે યોગેન્દ્રએ ફરી તેના મનમાં શંકાના બીજ વાવી દીધા કે તેના ફલાણા મિત્રએ આઠ કંપનીઓમાં રોકાણ કર્યું હતું. આઠે આઠ કંપનીઓ ડૂબી ગઈ અને ડીલિસ્ટ થઈ ગઈ. તે મિત્રએ તમામ રૂપિયા ગુમાવી દીધા હતા. જો તું સ્ટૉપ લૉસ નહીં રાખે તો તારી સાથે પણ આવું જ થશે.

સદ્નસીબે અબ્દુલ હવે ઘણો સમજદાર થઈ ગયો હતો. તેણે પૂછ્યું, 'તારા મિત્રએ શું દેશની સૌથી વધુ વેચાણ કરતી કંપનીઓના શૅર ખરીદ્યા હતા ?'

યોગેન્દ્રએ કહ્યું, 'અરે નહીં. તેણે તો ફટાફટ રોડપતિ બનેલી કંપની દ્વારા અપાયેલી સલાહ મુજબ શૅર લીધા હતા. (અહીં લખવામાં ભૂલ થઈ નથી. મેં 'કરોડપતિ' લખવાને બદલે ' રોડપતિ' જ લખ્યું છે, કારણ કે આવી સલાહ તમને રોડ પર લાવી દે છે.)

આ સાંભળી અબ્દુલ હસ્યો. તેણે કહ્યું – 'યોગેન્દ્ર, આપણા પિંડવાડામાં ૪૫૦ દુકાનો છે. માની લો, દરેક દુકાન એક કંપની છે તો તે ૪૫૦ દુકાનોને તેમના વાર્ષિક વેચાણના આધારે સરખામણી કરવામાં આવે તો શું તે ટોચની

૧૦૦ દુકાનો જેનું વેચાણ પિંડવાડાની ૪૫૦ દુકાનોમાં સૌથી વધુ છે, તેમની પોતાનો ધંધો બંધ કરીને ભાગી જવાની શક્યતા વધુ છે કે તે અંતિમ ૫૦ દુકાનો, જેમનું વેચાણ સૌથી ઓછું છે, તેઓ પોતાનો ધંધો બંધ કરી શકે છે ?'

યોગેન્દ્રએ કહ્યું, 'અંતિમ ૫૦ દુકાનો જેમનું વેચાણ સૌથી ઓછું છે, તે પોતાનો ધંધો બંધ કરી શકે છે.'

અબ્દુલે કહ્યું, 'બિલકુલ આ વાત શૅરબજાર પર પણ લાગુ પડે છે. અહીં લગભગ ૩,૫૦૦ લિસ્ટેડ કંપનીઓ છે, પરંતુ તેમાંથી લગભગ ૧,૦૦૦ કંપનીઓ જ એવી છે જેમનું પ્રતિશૅર વેચાણ તેના બજારભાવ કરતાં વધુ છે. આથી મહેશ સાહેબ આવી કંપનીઓના શેર ખરીદવાની સલાહ આપે છે, જેનો બજારભાવ તેના પ્રતિશૅર વેચાણથી ઓછો હોય છે.'

યોગેન્દ્ર બોલ્યો, 'હું કંઈ સમજ્યો નહીં ?'

અબ્દુલ હસ્યો અને બોલ્યો, 'ચાલો આપણે મહેશ સાહેબ પાસે જઈને પૂછીએ કે અમારે શૅર ખરીદતા અગાઉ કઈ-કઈ બાબતોનું ધ્યાન રાખવું જોઈએ.'

બંને મારી પાસે આવ્યા. ચા પીતાં-પીતાં તેઓએ પોતાની જાણવાની ઈચ્છા અંગે પૂછ્યું તો મેં તેમને નીચેના મુદ્દા જણાવ્યા, જે તેમણે કોઈપણ શૅરને ખરીદતા પહેલાં ચોક્કસપણે તપાસવાના છે.

(આ મુદ્દા મારા પુસ્તક 'ધ વિનિંગ થ્રીયો ઇન સ્ટૉક માર્કેટ'માં અગાઉ વાંચી ચૂક્યા છો.)

પ્રતિશૅર વાર્ષિક વેચાણ : એક કંપનીના જેટલા શૅર હોય તેને તે કંપનીના વાર્ષિક વેચાણ વડે ભાગવાથી આપણને પ્રતિશૅર વાર્ષિક વેચાણ પ્રાપ્ત થાય છે.

માની લો, કંપની 'ક' નું વાર્ષિક વેચાણ ૩૩૬.૨૫ કરોડ છે અને કંપનીના કુલ ૧૨.૨૪ કરોડ શૅર છે તો તેનું પ્રતિ શૅર વાર્ષિક વેચાણ ૩૩૬.૨૮ કરોડ (કુલ વેચાણ)/૧૨.૨૪ કરોડ (કુલ શૅર)=૨૭.૪૭ છે.

જો આ શૅર તે ભાવથી ઓછા ભાવમાં મળે છે, એટલે કે ૨૭ રૂપિયાથી

ઓછામાં મળે છે, તો તે સસ્તો મળી રહ્યો છે, નહીં તો મોંઘો છે. આ મારું સીધું ગણિત છે અને પ્રતિ શૅર વાર્ષિક વેચાણ જ મારો તે પ્રથમ પસંદગીનો ચેક પોઈન્ટ છે. જેનાથી હું કોઈ શૅરના મૂલ્યાંકનનો સૌથી પહેલાં અંદાજ લગાવું છું.

હવે તેનો અર્થ એ બિલકુલ નથી કે કંપની 'ક' નો શૅર ૨૭ રૂપિયાથી ઉપર ટ્રેડ નહીં કરે. તે ૨૭૦ પર પણ તમને ટ્રેડ કરતો જોવા મળી શકે છે અને ૨,૭૦૦ પર પણ, કારણ કે શૅરબજારના ભાવ કંપનીના ફંડામેન્ટલ મુજબ નથી હોતા. તે તો માંગ અને પુરવઠા મુજબ હોય છે. જો કંપની 'ક' ના શૅરોમાં ખરીદનાર વધુ છે અને વેચનાર ઓછા છે તથા ખરીદનાર વધુ રકમ ચૂકવવા માગે છે તો બજાર કિંમત ૨૭ રૂપિયાથી ઘણી ઉપર જઈ શકે છે. તેથી તમે પ્રતિશૅર વાર્ષિક વેચાણથી અંદાજ લગાવી શકો છો તો તમે મોંઘો શૅર ખરીદી રહ્યા છો. અને એક દિવસે તો જ્યારે કંપનીનું વેચાણ નહીં વધે અને ખરીદનાર ઓછા થઈ જાય અને વેચનાર વધી જાય તો તે શૅર ૨૭ રૂપિયાથી પણ નીચે જઈ શકે છે.

આથી મારી પ્રથમ સલાહ છે કે, શૅરને તેના પ્રતિશેર વાર્ષિક વેચાણથી ઓછી કિંમતે જ ખરીદવા. આજે મારુતિ સુઝુકીનો શૅર તમને ૪,૦૦૦ પર જોવા મળે છે, પરંતુ વર્ષ ૨૦૦૫માં જ્યારે આ શૅર ૫૦૦-૬૦૦ હતો ત્યારે તેની પ્રતિ શૅર વેચાણ એ કહાણી કહી રહી હતી કે એક દિવસ મારુતિનો શૅર નવા રેકોર્ડ બનાવશે. પરંતુ તે સમયે નિષ્ણાતો કહી રહ્યા હતા કે, ઑટો સેક્ટરથી દૂર રહો, કારણ કે ક્રૂડ ઓઈલના ભાવ વધી રહ્યા છે.

આવી જ વાત અરવિંદ લિમિટેડની છે. જ્યારે અરવિંદ લિમિટેડ ૧૨ રૂપિયા પર હતો ત્યારે પ્રતિશૅર તેનું વેચાણ ૧૦૦ રૂપિયાથી પણ વધુ હતું, પરંતુ નિષ્ણાતો ૧૨ રૂપિયા પર કહેતા હતા, આ પ્રકારના ઓપરેટર શૅરથી દૂર જ રહો. હવે અરવિંદ લિમિટેડ ૪૦૦ની આસપાસ છે, ત્યારે નિષ્ણાતો તેને ખરીદવાની સલાહ આપે છે. મને આ નિષ્ણાતોની ભાષા સમજાય છે. હકીકતમાં તે તમને તકનીકીના આધારે સલાહ આપે છે. જે ૧૫ દિવસ કે ૩૦ દિવસના હોલ્ડિંગ માટે હોય છે અને આ પ્રકારની વિશિષ્ટ અને ચાર્ટ

પર આધારિત સલાહનું કંપનીના વેચાણ અને તેના કુલ શૅર સાથે કંઈ લાગતું વળગતું નથી.

૨૦૦ ડી.એમ.એ. : આ ઘણો સરળ મુદ્દો છે. કંપનીના છેલ્લા ૨૦૦ દિવસના બજાર ભાવની સરેરાશ તેની ૨૦૦ ડી.એમ.એ. કહેવાય છે. જ્યારે કોઈ શૅર તેની ૨૦૦ ડી.એમ.એ.થી નીચે જાય છે તો તેનો મતલબ એ છે કે કંપનીના શૅરના ભાવ પણ નીચે જઈ શકે છે, કારણ કે જો કંપનીનું વેચાણ ઘટી રહ્યું છે અથવા નફો ઓછો થવાનો છે તો કંપનીની ત્રિમાસિક અથવા વાર્ષિક પરિણામ આવ્યા પહેલાં જ આ સમાચારો બજારમાં લીક થઈ જાય છે અને મોટા ફંડહાઉસ, સંસ્થા, ત્યાં સુધી કે ક્યારેક કંપનીના પ્રોમોટર્સ પણ શૅર વેચી રહ્યા હોય છે. ત્યારે આ વેચાણની અસરથી કંપનીનો બજારભાવ તેની ૨૦૦ ડીએમએ કરતાં વધુ નીચે જાય છે. તો તેનો ઈશારો છે કે આગામી દિવસોમાં શૅર વધુ નીચે જઈ શકે છે.

તેની વિરુદ્ધ પણ થાય છે. જો કોઈ શૅર ૨૦૦ ડી.એમ.એ.થી નીચે ઘણા સમય સુધી ટ્રેડ કરી રહ્યો છે અને ૨૦૦ ડી.એમ.એ. પર બંધ થઈ જાય છે તો તેનો અર્થ છે કે આગામી સમયમાં શૅરના ભાવ વધવાના છે.

૨૦૦ ડી.એમ.એ. તમે મનીકંટ્રોલની વેબસાઈટ પર જોઈ શકો છો. તમે તેની ગણતરી જાતે પણ કરી શકો છો. તમે મારા યુ-ટ્યૂબ વીડિયો શાંતિપૂર્વક જોશો તો સહેલાઈથી શીખી જશો.

તો તમે એવી કંપની પસંદ કરી, જેનો બજારભાવ તેના વાર્ષિક પ્રતિશૅર વેચાણથી ઓછો છે તો હવે તેની ૨૦૦ ડી.એમ.એ તપાસો અને શૅર તેના ૨૦૦ ડી.એમ.એ.ના પાંચ ટકાથી ૨૦ ટકા ઉપર ટ્રેડ કરી રહ્યો હોવો જોઈએ.

૨૦૦ ડી.એમ.એ.ની નીચે ટ્રેડ કરી રહ્યો હોય તો તેનો અર્થ છે કે અત્યારે તમારે ખરીદવા માટે રાહ જોવી જોઈએ. ૨૦૦ ડી.એમ.એના ૨૦ ટકાથી વધુ ઉપર ટ્રેડ કરી રહ્યો હોય તો તેનો અર્થ છે શૅર અત્યારે ઘણો મોંઘો થઈ ગયો છે. તમારે થોડો નીચે જાય તેની રાહ જોવી જોઈએ.

પ્રોમોટર્સની હોલ્ડિંગ : તમે બી.એસ.ઈ.ની વેબસાઈટથી પ્રોમોટર્સની હોલ્ડિંગ તપાસો. જો પ્રોમોટર્સ હોલ્ડિંગ ઘટી રહ્યું હોય તો તમે આ શૅરથી

દૂર રહો. વધતી જતી પ્રોમોટર્સ હોલ્ડિંગ સારા સંકેત છે.

ડિવિડન્ડ : સારી કંપનીઓ દર વર્ષે પોતાના નફામાંથી કેટલોક ભાગ શૅરધારકોને લાભ કે ડિવિડન્ડના રૂપમાં વહેંચે છે. જો, તમારી કંપની છેલ્લાં કેટલાક વર્ષોથી સતત ડિવિડન્ડ આપી રહી છે તો તે ઘણું સારું છે, કારણ કે તમે આવી કંપનીને હોલ્ડ રાખશો ત્યારે તમને ડિવિડન્ડ સ્વરૂપે વધારાની આવક મળશે.

છેલ્લા ત્રણ મહિનાનું વેચાણ જોવાનું ન ભૂલો : ઘણીવાર કેટલીક કંપનીઓના વેચાણમાં અણધાર્યો ઘટાડો આવી જાય છે. તમે ગત વર્ષના વેચાણના આધારે પ્રતિશૅર સારા વેચાણવાળા શૅરની પસંદગી કરી હોય, પરંતુ અચાનક કોઈ ઘટના બનતાં કંપનીનું વેચાણ અનપેક્ષિત રીતે તે વર્ષના પ્રતિશૅર વેચાણમાં પણ ઘટાડો થઈ શકે છે.

જેમ કે તમે ઓક્ટોબર ૨૦૧૭માં કોઈ શૅર ખરીદી રહ્યા છો તે સમયે બી.એસ.ઈ. અથવા એન.એસ.ઈ.ની વેબસાઇટ પર જઈ તમે વર્ષ ૨૦૧૬-૧૭ના પ્રતિશૅરનું વેચાણ જુઓ છો અને તે ૫૮૬.૩૬ કરોડ હોય તો જ્યારે તેમાં ચાર વડે ભાગાકાર કરી આપણે ત્રણ માસનું અંદાજિત વેચાણ શોધીએ છીએ તો તે ૫૮૬.૩૬ x ૪ = ૧૪૬.૫૯ કરોડની આસપાસ હોવું જોઈએ. જો કંપનીનું જૂન ત્રિમાસિકનું વેચાણ ૨.૪૦ કરોડ જ હોય તો તે સ્વાભાવિક છે કે, વેચાણ ઘણું જલદી ઘટી રહ્યું છે અને શૅર ઘણો ખરાબ રીતે નીચે જઈ શકે છે.

અહીં હું વધુ એક વાતની ચોખવટ કરું છું કે, જો કંપનીનું વેચાણ વધી રહ્યું છે અને નફો પણ ઘટી રહ્યો છે તો વધારે ચિંતા નથી હોતી, કારણ કે બની શકે કે કંપની પોતાના વિસ્તરણની યોજનામાં નવું રોકાણ કરી રહી હોય, તેનાથી નફો ઘટી રહ્યો હોય.

ટૂંકમાં વેચાણ કંપનીની સ્થિતિ આંકવાનું સૌથી મોટો માપદંડ છે. હું વેચાણને વધુ મહત્ત્વ આપું છું, નફો એક-બે ત્રિમાસિક ગાળામાં ઘટી જાય પરંતુ વેચાણ ઘટવું મોટી ચિંતાનું કારણ બની શકે છે.

આજે તમે તમારા શહેર અથવા ગામડાના બજારમાં જઈને જુઓ, કયા

દુકાનદારનું વેચાણ વધુ થઈ રહ્યું છે. તમે બજારમાં દિવસના અલગ-અલગ સમયે બે-ત્રણ ચક્કર લગાવી એ અનુમાન લગાવી શકો છો કે કઈ દુકાન પર ઓછું વેચાણ થાય છે. જો તમે દુકાનોને કંપની માનો તો તમે કઈ દુકાનમાં શૅર લેવા માગશો, જેનું વેચાણ ઘણું ઓછું છે, પરંતુ ગ્રાહકોને ઉંચી કિંમતે સામાન વેચી વધુ નફો કમાય છે. તે દુકાનદારની દુકાનમાં શેર ખરીદવા (રોકાણ કરવું) યોગ્ય છે કે જેનું વેચાણ ઘણું વધારે છે, પરંતુ તે માપનો નફો લઈ સામાન વેચે છે, તેની દુકાનમાં રોકાણ કરવું યોગ્ય છે ?

સ્વાભાવિક રીતે જેનું વેચાણ વધુ છે, જે માપનો નફો લઈ રહ્યો છે, તેની દુકાનમાં રોકાણ કરવું રોકાણકાર ને ફાયદો કરાવશે.

અહીં એક અન્ય સ્થિતિ સર્જાઈ શકે છે. એક દુકાનદાર એવો છે જેનું વેચાણ ઘણું વધુ છે પરંતુ તે ખોટનો ધંધો કરી રહ્યો છે. આવું નબળુ સંચાલન અથવા વધુ સ્પર્ધાવાળી કંપનીઓ સાથે થઈ શકે છે, જે ખોટ કરી પોતાનો માલ વેચે છે. આવી કપંનીઓમાં પણ રોકાણ કરવાથી તમારે બચવું પડશે.

અહીં અબ્દુલે મને વચ્ચે રોકી દીધો. તેણે કહ્યું, ‘સાહેબ તમે મને ભળતી વાતો દ્વારા મૂંઝવી રહ્યા છો. પાંચ મિનિટ અગાઉ તમે કહ્યું કે, જે કંપનીનું વેચાણ વધી રહ્યું છે અને નફો ઘટી રહ્યો છે તો ખાસ ચિંતા કરવી જોઈએ નહીં. બની શકે કે કંપની પોતાની વિસ્તરણ યોજનામાં રોકાણ કરી રહી હોય. હવે તમે કહી રહ્યા છો કે, જે કંપની નુકસાન કરી સામાન વેચી રહી હોય તેનાથી બચવું જોઈએ. તો શું તમને નથી લાગતું કે બંને બાબતો વિરોધાભાષી છે ?’

મેં અબ્દુલને સ્પષ્ટ કર્યું કે, એવું નથી. મારા કહેવાનો અર્થ સ્પષ્ટ છે. નીચે આપેલાં ત્રણ ઉદાહરણ જુઓ.

કંપની - X			
	વર્ષ ૨૦૧૬-૧૭ (રકમ કરોડમાં)	જૂન ૧૭ ત્રિમાસિક	સપ્ટેમ્બર ૧૭ ત્રિમાસિક
વેચાણ	૪૧૦.૧૭	૧૬૦.૩૦	૧૭૦.૧૭
નફો	૩૭.૧૨	૩.૪૫	૮.૪૫
કંપની - Y			
	વર્ષ ૨૦૧૬-૧૭ (રકમ કરોડમાં)	જૂન ૧૭ ત્રિમાસિક	સપ્ટેમ્બર ૧૭ ત્રિમાસિક
વેચાણ	૫૧૭.૪૩	૧૮૬.૩૦	૨૧૦.૧૫
નફો	૮૬.૪૭	૨૮.૧૦	-૩૬.૪૩
કંપની - Z			
	વર્ષ ૨૦૧૬-૧૭ (રકમ કરોડમાં)	જૂન ૧૭ ત્રિમાસિક	સપ્ટેમ્બર ૧૭ ત્રિમાસિક
વેચાણ	૬૧૩.૪૨	૨૨૦.૨૩	૧૯૦.૨૩
નફો	(-)૧૦૦.૩૦	-૮૬.૩૨	-૯૫.૩૭

અહીં કંપની Xની સ્થિતિ જેવી સ્થિતિ હોય તો કોઈ ચિંતા નથી. કારણ કે કંપનીનું વેચાણ વધી રહ્યું છે. નફો થોડોક ઓછો થઈ રહ્યો છે તો કંપની કવર પણ કરી રહી છે.

આ તે ઉદાહરણ છે જ્યાં હું માની રહ્યો છું કે, વિસ્તરણને કારણે નફો ઘટી રહ્યો હશે. અહીં જો આ મુદ્દો જેમ કે ૨૦૦ ડી.એમ.એ.થી ઉપર બંધ થવું, પ્રોમોટર્સ હોલ્ડિંગનું સ્થિર રહેવું અથવા વધવું, ડિવિડન્ડ આપનાર કંપની હોવું યોગ્ય હોય તો રોકાણ કરી શકો છો.

કંપની Yમાં પણ લગભગ તેવી જ સ્થિતિ છે, જ્યાં વેચાણ વધી રહ્યું છે પરંતુ નફો અચાનકથી નુકસાનમાં ફેરવાઈ ગયો છે. અહીં તમારે શૅર ખરીદવો

સમજદારી નથી. અહીં પણ બની શકે કે, કંપનીની બૅલેન્સ શીટમાં નુકસાન તેની વિસ્તરણ યોજનાને કારણે જ આવ્યું હોય, પરંતુ બજારમાં એવા લોકોની ખામી નથી, જે નફામાંથી નુકસાન તરફ જતી કંપનીને ક્યારેય પસંદ કરતા નથી. અને માર્કેટ નિષ્ણાત તથા મીડિયા પણ આવી કંપનીની નકારાત્મક છબી દર્શાવિશે.

તો કંપની Yના શૅરના ભાવ આ વેચાણના દબાણ અને નકારાત્મક છબી બનવાને કારણે ઘટી શકે છે અને ભવિષ્યમાં આ શૅર તમને ઓછા ભાવે મળી શકે છે.

કંપની Zની બૅલેન્સ શીટનું સ્પષ્ટ ઉદાહરણ છે, જ્યાં કંપની સતત પોતાના નફાની વ્યવસ્થા કરવામાં નિષ્ફળ રહી છે. તેમાં વધુ નીચે ભાવ જઈ શકે છે.

મૂળ કિંમત અથવા આધાર મૂલ્યઃ તમે બજારમાં કોઈ ફ્રિજ લેવા જાવ છો તો તમને ફ્રિજની કિંમતનો અંદાજ હોય છે કે, એક મધ્યમ સાઈઝનું સારી કંપનીનું ફ્રિજ ૧૦થી ૧૫ હજારમાં મળી જશે.

એક દુકાનદાર તે ફ્રિજના તમારી પાસેથી ૭૦ હજાર રૂપિયા માગે છે તો શું તમે તેને ૭૦ હજાર આપી ફ્રિજ ખરીદશો ?

તમે નહીં ખરીદો, પરંતુ આપણા શૅરબજારમાં સાવ ભોળા રોકાણકારો આવા શૅર લઈ લે છે કારણ કે તેમને ફ્રિજની કિંમતની જેમ તે શૅરની મૂળ કિંમત અથવા આધાર મૂલ્યનું અનુમાન હોતું નથી.

તો તમે પણ શૅરના તેના છેલ્લા ત્રણ વર્ષની સરેરાશ કિંમત શોધી તેની મૂળ કિંમત અથવા આધાર કિંમતનું અનુમાન લગાવી શકો છો. જેમ કે એક શૅરની ત્રણ વર્ષના ભાવની સરેરાશ કિંમત ૧૮૦.૪૦ રૂપિયા છે. તે શેર ૫૮૩.૬૦ પર ટ્રેડ કરી રહ્યો છે. તમે તેને લઈ લો છો અને માર્કેટ ડાઉન થાય ત્યારે તે શૅર નીચે જઈ ૨૪૦-૨૪૫ પર આવી જાય છે. તો શું તમને ધમપછાડા કરવાનો, માર્કેટને ભાંડવાનો, સલાહ આપનારને અપશબ્દો બોલવાનો અધિકાર છે ?

બિલકુલ નહીં. ભૂલ તમારી હતી. તમે શૅરના ત્રણ વર્ષના સરેરાશ કિંમતથી વધુ ઊંચી કિંમતે શૅર ખરીદ્યો હતો.

તો શૅર કઈ કિંમતે લેવાય ?

તમે તેની મૂળકિંમતની આસપાસ શૅર ખરીદો અથવા વધુમાં વધુ મૂળ કિંમતની ૨૦ ટકા નીચે સુધી ખરીદી લો. (તેનાથી વધુ નીચે જવું પણ ખોટું છે. તેનાથી વધુ નીચે જાય તો એવું શક્ય છે કે કંપનીમાં કોઈ મોટું મૂળભૂત પરિવર્તન થઈ રહ્યું હોય, જે જોખમભર્યું હોઈ શકે છે). અથવા મૂળ કિંમતના ૨૦ ટકા ઉપર સુધી જ કોઈ પણ શૅરને ખરીદી લો. હું મારી વેબસાઇટ પર કોઈપણ શૅરને એ શરત પૂર્ણ થતી હોય તો જ ખરીદવાની સલાહ આપું છું.

અહીં હું પહેલાં તમને એ સમજાવું છું કે, મૂળ કિંમતની ગણતરી કેવી રીતે કરાય છે.

મૂળ કિંમતની ગણતરી ઘણી આસાન છે. આ માટે તમે જણાવેલ પગલાં અપનાવો -

તમારા વેબ બ્રાઉઝરમાં www.bseindia.com ખોલો.

તમારો શૅર જમણા હાથ તરફ બનેલા સર્ચ બોક્સની મદદથી શોધો.

શૅરબજારના હિસ્ટોરિકલ પ્રાઇસ ડેટા એક્સલ શીટમાં ડાઉનલોડ કરો.

તમને જો ઉપર જણાવેલ પગલાં સમજવામાં મુશ્કેલી પડી રહી હોય તો તમે યુ-ટ્યૂબ પર મારા વીડિયો જોઈ આ પગલાંને સમજી શકો છો.

તે હિસ્ટોરિકલ પ્રાઇસ ડેટા છેલ્લા ત્રણ વર્ષના ડાઉનલોડ કરવાના છે.

હવે ત્રણ વર્ષના ક્લોઝ પ્રાઇઝને ઉમેરી દઈ તેમાં કેટલાક દિવસોની સંખ્યાનો ભાગાકાર કરવાથી મૂળ કિંમત અથવા આધાર મૂલ્ય મળી જશે. મારી યુ-ટ્યૂબ ચૅનલ પર મૂળ કિંમતની ગણતરી કરવાની અને હિસ્ટોરિકલ પ્રાઇસ ડાઉનલોડ કરવાના બંને વીડિયો ઉપલબ્ધ છે. તમે ત્યાં જઈને જોઈ શકો છો.

જો કંપનીએ છેલ્લા ત્રણ વર્ષમાં બોનસ આપ્યું હોય અથવા તેની ફેસ વેલ્યૂ ઓછી થઈ હોય તો તમારે મૂળ કિંમતની ગણતરી કરતી વખતે બોનસના અગાઉના ભાવ અથવા ફેસ વેલ્યૂ ઓછી થઈ હોય તો તમારે મૂળ કિંમતની ગણતરી કરતી વખતે બોનસના અગાઉના ભાવ અથવા ફેસ વેલ્યૂ ઓછી થયા અગાઉના બજાર ભાવને તે મુજબ સમાયોજિત કરવા પડશે.

ઉદાહરણ તરીકે, એસ.બી.આઈ.ના ૧૦ રૂપિયા ફેસ વેલ્યૂવાળા શૅરનો બજારભાવ ૧,૨૮૦ રૂપિયા છે તથા તે ૧૦ રૂપિયાથી બે રૂપિયા ફેસ વેલ્યૂનો

શૅર થઈ જાય છે.

અબ્દુલે કહ્યું, 'મને કંઈ સમજાઈ રહ્યું નથી. સાહેબ, આ શું ગડબડ છે- ૧૦ રૂપિયાથી બે રૂપિયા ફેસ વેલ્યૂનો શું અર્થ છે ? પ્રથમ વાત તો એ કે હું એ પણ જાણતો નથી કે ફેસ વેલ્યૂ શું હોય છે.'

મેં કહ્યું હું, 'ફેસ વેલ્યૂ અંગે પણ જણાવું છું. પહેલાં આ કહાણી પૂર્ણ કરી દઉં કે એસ.બી.આઈ.નો શૅર જ્યારે ૧૦ રૂપિયા ફેસ વેલ્યૂથી બે રૂપિયા થઈ ગયો ત્યારે રોકાણકારો પાસે ૧૦ રૂપિયા ફેસ વેલ્યૂનો એક શૅર હતો. તેના બદલે તેમને બે રૂપિયા ફેસ વેલ્યૂના પાંચ શૅર આપવામાં આવ્યા.'

આ તે પ્રમાણે છે જે રીતે તમે ૧૦ રૂપિયાના છુટ્ટા કરાવી બજારમાંથી ૨-૨ના પાંચ સિક્કા લઈ લો છો.

તો હવે તે પાંચ શૅરના બજાર ભાવ ફેસ વેલ્યૂ ઓછી થયા બાદ ૧,૨૮૦ના સ્થાને ૧,૨૮૦/૫ = ૨૫૬ રૂપિયા થઈ જશે. આથી એસ.બી.આઈ.ના ફેસ વેલ્યૂની ગણતરી કરતી વખતે ફેસ વેલ્યૂ ઓછી થયા પહેલાંના ભાવોમાં પાંચનો ભાગાકાર કરી ગણતરી કરવી પડશે. તેવું જ બોનસ મામલે પણ કરવું પડશે.

હવે હું ફેસ વેલ્યૂ અંગે જણાવું છું.

ફેસ વેલ્યૂનો અર્થ તે ભાગની રકમ હોય છે જે કંપનીમાં તમારી વાસ્તવિક ભાગીદારી હોય છે. જેવી રીતે તમે કોઈ શૅર ૧,૪૧૭ રૂપિયામાં ખરીદો છો, જેની ફેસ વેલ્યૂ એક રૂપિયો છે. તો કંપનીમાં તમારી વાસ્તવિક ભાગની મૂડી એક રૂપિયો જ છે. તમે પૂછશો કે ૧,૪૧૬ રૂપિયા ક્યાં ગયા ? હકીકતમાં શૅરની બજાર કિંમત બે ઘટકોના ભેગા થવાથી બને છે.

બજાર કિંમત = ફેસ વેલ્યૂ + પ્રીમિયમ. આ પ્રકરણમાં એક રૂપિયો ફેસ વેલ્યૂ અને ૧,૪૧૬ રૂપિયા પ્રિમિયમ છે. પ્રીમિયમનો અર્થ શું છે ? પ્રીમિયમ એ વધારાની રકમ છે જે તમે શૅર વેચનારને ચૂકવો છો.

શૅર વેચનાર કોઈ સારી કંપનીનો શૅર, જેની ફેસ વેલ્યૂ એક રૂપિયો છે, તમને એક રૂપિયામાં શા માટે વેચશે ? તે તેના પર વધારાની રકમ માગે છે. તો પ્રીમિયમ વધ-ઘટ થવાથી બજારમાં શૅરની કિંમત ઘટે અને વધે છે.

તો હવે તમે સમજી ગયા હશો કે જેમ કે એક કંપનીએ માત્ર ૧,૦૦૦

ટી-શર્ટ્સ બનાવી લીધી અને સૌને પ્રતિ ટી-શર્ટ ૧૦૦-૧૦૦ રૂપિયામાં આપી દીધી તો ટી-શર્ટની ફેસ વેલ્યૂ ૧૦૦ રૂપિયા છે પરંતુ ટી-શર્ટ એટલી આકર્ષક છે કે તમે તેને ખરીદવા માગો છો તો જેણે કંપની પાસેથી ૧૦૦ રૂપિયામાં ટી-શર્ટ ખરીદી હતી, તે કહે છે કે, જો તમે મને ૮૦૦ રૂપિયા આપો, એટલે કે ૧૦૦ રૂપિયા ટી-શર્ટની વાસ્તવિક કિંમત(શૅરબજારની ભાષામાં વાસ્તવિક ભાગની મૂડી અથવા ફેસ વેલ્યૂ) તથા ૭૦૦ રૂપિયા પ્રીમિયમ આપો તો તે પોતાની ટી-શર્ટ તમને વેચી શકે છે.

આ જ રમત શૅરબજારમાં ચાલે છે. જ્યારે કોઈ શૅરને વેચનાર ઓછા અને ખરીદનાર વધુ હોય છે અને ખરીદવા માટે વધુ પ્રીમિયમ ચૂકવે છે તો શૅરના ભાવ વધી જાય છે તથા જો તેનાથી વિરુદ્ધ બને એટલે કે ખરીદનાર ઓછા હોય અને વેચનાર વધુ હોય ત્યારે ઓછા પ્રીમિયમે પણ શૅર વેચવા માગતા હોય તો શૅરનો ભાવ ઘટી જશે.

આ જ કારણ છે કે, શૅરબજાર આટલું અનિશ્ચિત હોય છે કારણ કે પ્રીમિયમ ગણતરીનો એક જ નિયમ છે - માંગ અને પુરવઠો. આથી શૅરના ભાવ કોઈ પણ સ્તરે ઘટી શકે છે અને કોઈ પણ સ્તરે વધી શકે છે.

હવે અબ્દુલ ઘણો સમજદાર થઈ ગયો હતો અને તે સમજી ગયો હતો કે, જો તે કેટલાક મુદ્દાને ધ્યાને રાખીને શૅર ખરીદશે તથા એક શૅરમાં નાની રકમનું રોકાણ કરશે, તો તેને વધુ ચિંતા કરવાની કે તણાવગ્રસ્ત થવાની કોઈ જરૂર નથી. તે એવી કંપનીઓને આરામથી હોલ્ડ કરી શકે છે તથા હોલ્ડિંગના સમય દરમિયાન ડિવિડન્ડથી આવક મેળવી શકે છે. વચ્ચે જો પ્રીમિયમ ઓછું થઈ જાય તો તે સમજશે કે ક્યારેક માંગ વધશે તો પ્રીમિયમ પણ વધુ થઈ જશે. આથી જો તે સ્ટૉપલૉસ ન રાખે તો માર્કેટના રોજ-બરોજના ઉતાર-ચઢાવની ચિંતા નહી કરે અને જો તે ૧૦૦ વખત ૨૦ ટકા નફો મેળવી લે તો તેની આવક ૫,૦૦૦ x ૧૦૦ = ૫,૦૦,૦૦૦ના ૨૦ ટકા = ૧,૦૦,૦૦૦ રૂપિયા હશે. તેમાં જો ૫,૦૦૦ની પાંચ કંપનીઓના શૅર સાવ શૂન્ય થઈ જાય તો તેને ૨૫,૦૦૦નું જ નુકસાન થશે. તેમ છતાં ૭૫,૦૦૦ રૂપિયા તો ફાયદામાં જ રહેશે. અને જો ઉપર જણાવેલ મુદ્દાઓને ધ્યાનમાં રાખી વધુ વેચાણવાળા શૅર લેવામાં આવે છે તો તેના શૂન્ય થવાની શક્યતા ના બરાબર હશે.

આ પ્રકરણમાંથી શું શીખ્યા ?

શૅર ખરીદવા માટે આપણે દરરોજ એકથી બે કલાક મહેનત કરી સારા શૅરને ઓળખવા જોઈએ, જેનું પ્રતિ શૅર વેચાણ સારું હોય. પ્રતિ શૅર વેચાણની ગણતરી કરવી મુશ્કેલ કામ નથી. યુ-ટ્યૂબ પર મારા વીડિયોને સર્ચ કરી તમે સરળતાથી પ્રતિશૅર વેચાણની ગણતરી કરી શકો છો.

તમને છેલ્લાં ત્રણ વર્ષની સરેરાશ કિંમતની જાણકારી હોવી જોઈએ. જેને હું મૂળ કિંમત કહું છું. આ મૂળ કિંમતના ૨૦ ટકા ઉપર અથવા ૨૦ ટકા નીચે જ તમારે શૅર ખરીદવા જોઈએ.

ટેકનિકલી રીતે તમારે જે શૅર તેના ૨૦૦ દિવસની સરેરાશ જેને બજારમાં ૨૦૦ ડી.એમ.એ. કહે છે, તેનાથી ૫થી ૧૫ ટકા ઉપર ટ્રેડ કરી રહ્યો હોય, તેને જ લેવો જોઈએ.

❑

અબ્દુલનું પ્રથમ ડિવિડન્ડ

એક વખત અબ્દુલે BASF ઈન્ડિયા લિ.ના ૩ શૅર ૧,૪૯૯ રૂપિયા પ્રતિ શૅરના ભાવે ખરીદી ૧,૪૯૯ X ૩ = ૪,૪૯૭ રૂપિયાનું રોકાણ કર્યું.

તેણે વાંચ્યું કે તેની કંપનીએ ૧૦ ટકા ડિવિડન્ડ જાહેર કર્યું છે તો તે આખી રાત સ્વપ્ન જોતો રહ્યો કે, આ તો ઘણું સારું છે. ઘરે બેઠાં ૪,૪૯૭ના ૧૦ ટકા = ૪૪૯.૭૦ રૂપિયા તો ડિવિડન્ડ જ આવી ગયું, પછી શૅર વેચી નફો કમાઈ લેશે તે અલગ હશે. કેટલાક દિવસોમાં તેના ખાતામાં ઈ.સી.એસ. દ્વારા ૩ રૂપિયા ડિવિડન્ડ જમા થઈ ગયું. તે અવાક થયો કે, કંપનીએ ૧૦ ટકા ડિવિડન્ડ જાહેર કર્યું છે, તેવું સમાચાર પત્રમાં છપાયું હતું, પછી તેને ૩ રૂપિયા ડિવિડન્ડ કેમ મળ્યું ?

અબ્દુલે મારી પાસે આ મુદ્દે જાણકારી માગી તો મેં તેને જણાવ્યું કે આવું જ એક વખત મારા સાહેબ સાથે થયું હતું. હું તાલુકા ઑફિસમાં કામ કરું છું. મારી ઑફિસના સાહેબને મામલતદાર કહે છે. એક વખત એક મામલતદાર સાહેબને શૅરમાં રોકાણ કરવાનો નવો નવો ચસકો લાગ્યો હતો. આ વાત વર્ષ ૨૦૦૭ની છે. તે વખતે ઘણા નવા રોકાણકારો જન્મ્યા હતા.

તે વખતે ડિવિડન્ડ ઈ.સી.એસ. દ્વારા સીધું બૅન્ક ખાતામાં આવતું નહોતું. તે સમયે ચૅક વડે ડિવિડન્ડની ચુકવણી થતી હતી. મારા મામલતદાર સાહેબ પાસે એક કંપનીના ૧૦૦ શૅર હતા, જે તેમણે ૮૦ રૂપિયા પ્રતિશૅરના ભાવે ૧૮,૦૦૦ રૂપિયામાં ખરીદ્યા હતા. કંપનીએ જ્યારે ૧૦ ટકા ડિવિડન્ડ જાહેર કર્યું ત્યારે તેમને જાણ નહોતી થઈ, કારણ કે મામલતદારની સેવા વહીવટી સેવા હોય છે. તેમને ઘણું વ્યસ્ત રહેવું પડે છે. આથી તેમની પાસે એટલો સમય નથી હોતો કે તે બજારના સમાચાર પર ધ્યાન રાખી શકે. તે વખતે ઍન્ડ્રોઈડ

ફોન પણ નહોતા. ટેલિવિઝન અને સમાચાર પત્રો અથવા વેપાર પત્રિકાઓ જ શૅરબજારના સમાચારોના સ્રોત હતા. આથી એ ખબર નહોતી પડતી કે કઈ કંપનીએ કેટલું ડિવિડન્ડ જાહેર કર્યું છે.

ચાલો, એક દિવસ મામલતદાર સાહેબને રજિસ્ટર્ડ પોસ્ટ દ્વારા કંપની તરફથી એક આકર્ષક કવર મળ્યું. તેમાંથી એક ચૅક નીકળ્યો, જે તેમના શૅરબજારમાં રોકાણનું પ્રથમ ડિવિડન્ડ હતું. મને ખ્યાલ નથી કે ચૅક જોઈ તેમને કેટલી ખુશી થઈ હશે, પરંતુ ચૅકમાં લખેલી રકમ જોઈ તેમના હોશ ઊડી ગયા હતા.

ખરું જોતાં ચૅક માત્ર ૧૦ રૂપિયાનો હતો. તેની સાથે અંગ્રેજીમાં લખેલો એક પત્ર હતો કે 'પ્રિય રોકાણકાર, કંપનીએ ૧૦ ટકા ડિવિડન્ડ જાહેર કર્યું છે, જે તમને મોકલાવી રહ્યા છીએ.' મામલતદાર સાહેબે તરત ગણતરી કરી કે આ તો મોટી ભૂલ થઈ છે. ૧૮,૦૦૦ રૂપિયાના શૅર હતા તેમની પાસે, આથી ૧,૮૦૦ રૂપિયા મળવાના હતા પરંતુ ભૂલથી ૧૦ રૂપિયાનો ચૅક મોકલાવી દીધો છે.

તે ઘણા ચિડાઈ ગયા. ટેલિફોનનું રિસિવર પણ તેઓએ એટલા જ જોરથી પટક્યું કે તે તૂટતાં-તૂટતાં રહી ગયું, કારણ કે જ્યારે ચૅક તેમના હાથમાં આવ્યો ત્યારે તે કોઈકની સાથે વાત કરી રહ્યા હતા. તે ચિડાઈને બોલ્યા કે, 'આ ભારત છે. તેનું કંઈ થઈ શકે તેમ નથી.' પછી પાસે ઊભેલા પટાવાળાને ઊંચા અવાજે કહ્યું, 'ટી.આર.એ. સાહેબને બોલાવો.' ટી.આર.એ. સાહેબ એટલે હું, આ પુસ્તકનો લેખક મહેશચંદ્ર કૌશિક, જે ટી.આર.એ.ના પદ પર છું.

પટાવાળાએ મારી પાસે આવીને કહ્યું, 'સાહેબ ઘણા ગુસ્સામાં છે અને કહી રહ્યા છે કે - આ ભારત છે, તેનું કંઈ થઈ શકે તેમ નથી, આથી ટી.આર.એ. સાહેબને બોલાવો.'

ખરું જોતાં હું પણ તે સમયે તાલુકામાં બનેલા એક નાના સરકારી આવાસમાં રહેતો હતો, જેની છત ટપકતી હતી. (તે આવાસને મેં હવે છોડી દીધું છે. હવે મારી પાસે ઉપરવાળા સર્વશક્તિમાન માલિકની દયાથી બે માળનો એસી બંગલો છે, પરંતુ તે ક્વાર્ટરની છતનું સમારકામ દસ વર્ષ પછી આજે પણ

થયું નથી. મને ઘણું દુઃખ થાય છે કે આપણું સરકારી તંત્ર આટલું લાચાર કેમ છે ?) મામલતદાર સાહેબને શૅરબજારની બીમારી મારા કારણે જ લાગી હતી, કારણ કે તે વખતે કંપનીઓનો વાર્ષિક અને ત્રિમાસિક રિપૉર્ટ, ડિવિડન્ડ બધું પોસ્ટ દ્વારા આવતું હતું, આથી મામલતદાર સાહેબે મને કારણ પૂછ્યું કે આ મોટી-મોટી રંગબેરંગી પુસ્તકો અને ચૅકના કવર ક્યાંથી આવે છે ? ત્યારે મેં તેમને થોડી શૅરબજારની પ્રારંભિક જાણકારી આપી હતી. તેમને પણ લાગ્યું કે રોકાણ કરવાનું આ સારું માધ્યમ છે.

આથી મામલતદાર સાહેબે મને જાણકાર સમજીને બોલાવ્યો હતો, જેથી આ ભૂલ અંગે મારી પાસેથી સલાહ લઈ શકે. મારા પહોંચતાની સાથે જ તેઓએ મારા હાથમાં ચેક મૂકીને કહ્યું – 'આ શું છે ?'

'આ ૧૦ રૂપિયાનો ચેક છે સર.' મેં જવાબ આપ્યો.

'એ તો મને પણ ખ્યાલ છે પરંતુ ૧૦ રૂપિયાનો ચૅક આપતાં કંપનીવાળાઓને જરા પણ શરમ ન આવી ?' તેઓએ મને પૂછ્યું.

હું કદાચ પાછલા જન્મમાં સારાં કર્મો કરી મૃત્યુ પામ્યો હોઈશ, આથી ભગવાને મને તેજ બુદ્ધિનું વરદાન આપ્યું છે. મેં ચૅક અને સાથે આવેલા પત્ર પર નજર નાખી તો મને સમગ્ર બાબત સમજાઈ ગઈ.

તે કંપનીનો શૅર હજુ પણ ૧૮૦ રૂપિયાની આસપાસ ટ્રેડ કરી રહ્યો હતો. આથી મેં જવાબ આપ્યો, 'સાહેબ તમને પણ એક રૂપિયાનો શૅર ૧૮૦ રૂપિયામાં ખરીદતાં શરમ ન આવી ?'

આથી મામલતદાર સાહેબે મને ખાઈ જવાના હોય તેવી સિંહની નજરથી મને જોયો, પરંતુ તે મારી પ્રમાણિકતા, ઈમાનદારી, નીડરતા, જ્ઞાન જેવી ઘણી વાતોથી પ્રભાવિત હતા. આથી તેમણે મારો શિકાર ન કર્યો. તેમણે કહ્યું, 'શું બકવાસ કરો છો ! મેં ૧ રૂપિયાનો શૅર ૧૮૦ રૂપિયામાં ક્યારે ખરીદ્યો ?'

ત્યારે મેં તેમને સમજાવ્યું કે તેમણે એક રૂપિયો ફેસ વેલ્યૂનો શૅર ૧૭૯ રૂપિયા પ્રીમિયમ આપી ૧૮૦ રૂપિયામાં ખરીદ્યો હતો, આથી કંપનીમાં વાસ્તવિક ભાગની રકમ ૧ રૂપિયો પ્રતિશૅર જ હતી. ૧૭૯ રૂપિયા તો તે

વેચનારનું પ્રીમિયમ હતું, જેણે શૅર વેચ્યો હતો. (આ અંગે અગાઉના પ્રકરણમાં તમને વિસ્તૃત જાણકારી આપવામાં આવી છે.) આથી એક રૂપિયાનું ૧૦ ટકા ડિવિડન્ડ એટલે કે, ૦.૧૦ રૂપિયા એક શૅરનું ડિવિડન્ડ હતું, જે ૧૦૦ શૅરના માત્ર ૧૦ રૂપિયા થયા.

હવે અબ્દુલને પણ વાત સમજાઈ ગઈ હતી કે, તેણે ૧,૪૯૯ રૂપિયાનો શૅર ખરીદ્યો તેની ફેસ વેલ્યૂ ૧૦ રૂપિયા તથા ૧,૪૮૯ રૂપિયા પ્રીમિયમ હતું. આથી તેને ૧૦ રૂપિયાના ૧૦ ટકા એટલે એક રૂપિયા પ્રતિશૅર ડિવિડન્ડ મળતાં ૩ શૅરના ૩ રૂપિયા મળ્યા હતા.

હું આશા રાખું છું કે, તમને આ વાર્તા વાંચવાની મજા આવી રહી હશે. મારો આશય પણ એ જ છે કે શૅરબજારના અકળ (ગૂઢ) સિદ્ધાંતોને બાળકોની વાર્તા પ્રમાણે વાંચન કરાવી એક એવા ગ્રંથની રચના કરવી, જે સૌને માર્ગદર્શન આપી શકે.

ભગવાન તમારું ભલું કરે તે ઇચ્છા સાથે હું પ્રકરણના લખાણને વિરામ આપું છું.

આ પ્રકરણમાંથી આપણે શું શીખ્યા ?

ડિવિડન્ડ શૅરની ફેસ વેલ્યૂ પ્રમાણે મળે છે.

શૅર ખરીદતી વખતે ધ્યાન આપો કે તમે તેનું કેટલું પ્રીમિયમ આપી રહ્યા છો. શું આ કંપની પ્રીમિયમની હકદાર છે ?

હંમેશાં ડિવિડન્ડ આપનારી કંપનીઓના શૅર લેવાનો પ્રયાસ કરો. ડિવિડન્ડ ભલે તમને ઓછું લાગે, પરંતુ તેનાથી બ્રોકરેજની ભરપાઈ થઈ શકે છે. કંપનીનો શૅર તમે જેટલા દિવસ હોલ્ડ કરો છો, તેટલા દિવસના વ્યાજની ભરપાઈ થઈ શકે છે. તમને એ લાગશે કે હું જે કંપનીને હોલ્ડ કરી રહ્યો છું, તેના નફાથી મને મારો ભાગ મળી રહ્યો છે.

❑

રાવ સાહેબનું ફ્યુચર ઍન્ડ ઑપ્શન

અબ્દુલના દિવસો ઘણા સારી રીતે પસાર થઈ રહ્યા હતા. તે પોતાની આવકના ૧૦ ટકા બચત કરી રહ્યો હતો, જેનાથી 'બેબિલોનનો સૌથી શ્રીમંત વ્યક્તિ' પુસ્તકમાં જણાવેલ ધનના નિયમ મુજબ તેની આવક પણ વધી રહી હતી અને તે શૅર ખરીદતો અને ૨૦ ટકા નફો મળે તો વેચી દેતો હતો.

તમને એ જણાવવું જરૂરી છે કે 'બેબિલોનનો સૌથી શ્રીમંત વ્યક્તિ' પુસ્તકમાં જણાવેલ સિદ્ધાંતો મુજબ જ્યારે તમે તમારી આવકની ૧૦ ટકા રકમ ધન કમાવવા માટે અલગ રાખવા લાગો છો તો તમારી આવક જાદુઈ રીતે વધી શકે છે. તેનું સૌથી મોટું ઉદાહરણ મારો નવો કૉમ્પ્યૂટર ઓપરેટર પણ બની ગયો છે. મેં તાજેતરમાં જ એક કૉમ્પ્યૂટર ઓપરેટર હરીશ પ્રજાપતની સેવાઓ આ પુસ્તક ટાઇપ કરવા માટે લીધી હતી. તેણે જ્યારે પુસ્તકના શરૂઆતના ભાગને ટાઇપ કર્યો તો તેને પણ 'બેબિલોનના સૌથી શ્રીમંત વ્યક્તિ' પુસ્તકમાં રસ પડ્યો હતો.

તેણે કહ્યું કે, હું તેના માટે પેલું પુસ્તક મંગાવી દઉં, કારણ કે તેને ઑનલાઇન પુસ્તકો મંગાવતાં આવડતું નહોતું. તે પોતાના પગારમાંથી 'બેબિલોનનો સૌથી શ્રીમંત વ્યક્તિ' પુસ્તકની ૧૮૦ રૂપિયા કિંમત કપાવવા માટે તૈયાર છે.

તેની લગન જોઈ મેં તેને પૂછ્યું, 'પુસ્તક વાંચવાથી યોગેન્દ્ર તો કરોડપતિ બન્યો નથી ને ?' તેણે કહ્યું, 'હું વાર્તા ટાઇપ કરતાં-કરતાં બધું સમજી ગયો છું કે, માત્ર પુસ્તક વાંચવાથી શ્રીમંત બનાતું નથી. પુસ્તકને જીવનમાં ઉતારવાથી શ્રીમંત બનાશે.'

તેની વાતોથી પ્રભાવિત થઈ મેં પુસ્તક તેને ભેટમાં આપી દીધું. તેણે તે સમયથી, હું તેને જે પણ મહેનતાણું આપતો તેના ૧૦ ટકા રકમની બચત કરવાનું શરૂ કર્યું. જોતાં-જોતાં તેની નગરપાલિકામાં નોકરી લાગી ગઈ. તેને લેંઘા સીવવાનું કામ મળી ગયું. તેને ફોટો સ્ટેટ કરવાનો કૉન્ટ્રાક્ટ મળી ગયો. હવે તે પાન કાર્ડ અને જી.એસ.ટી. માટે અરજી કરી રહ્યો છે. કારણ કે જી.એસ.ટી. નંબરથી તે એમેઝોન પર ઑનલાઇન લેંઘા વેચી શકે છે અને પાનકાર્ડ ડી-મેટ ખાતા માટે જોઈએ છે. હજુ પણ આ પુસ્તક તે જ ટાઈપ કરી રહ્યો હતો. તે રજાના દિવસે આવીને ટાઈપ કરવાનું કામ કરે છે.

તેને સંપૂર્ણ વિશ્વાસ થઈ ગયો હતો કે, 'બેબિલોનનો સૌથી શ્રીમંત વ્યક્તિ' પુસ્તક વાંચવા મુજબ આવકની ૧૦ ટકા રકમ બચત કરવાથી આવક પણ વધે છે.

તો અબ્દુલની આવક પણ વધી રહી હતી પરંતુ આ દરમિયાન એક ઘટના બની ગઈ. અમારા વિસ્તારમાં એક રાવ સાહેબ હતા. તેમણે એક ભાડાની દુકાન રાખી એક શાનદાર ઓફિસ ખોલી દીધી, જેમાં તે ફરતી ખુરશી પર બેસી કમ્પ્યુટર પર કંઈક કામ કરતા હતા.

શ્રી રાવ સાહેબ મુંબઈમાં ઑટો પાર્ટ્સનો સારો ધંધો કરતા હતા, જેનાથી તેમની પાસે લગભગ છ લાખ રૂપિયા જમા થઈ ગયા હતા. આ દરમિયાન શૅરબજાર ઘણું ઊંચે જતું રહ્યું હતું. રાવ સાહેબે પોતાના મિત્રોને પૂછ્યું આ શૅરબજાર શું છે ભાઈ ? તેઓએ કહ્યું કે, આ ઘણું સરળ છે. તેને 'ફ્યુચર ઍન્ડ ઑપ્શન'નો ધંધો કહે છે. તેમાં તમે એક જ દિવસમાં ૪૦થી ૫૦ હજાર રૂપિયા કમાઈ શકો છો.

રાવ સાહેબે વિચાર્યું કે આ ધંધો તો ઘણો સારો છે. તે ખોટું પોતાનું ઘર છોડી (હું આ વાત રાજસ્થાનમાં બેસીને લખી રહ્યો છું. રાવ સાહેબનું ઘર રાજસ્થાનમાં સિરોહી જિલ્લામાં છે. જેને મુંબઈમાં મારવાડ કહે છે અને સિરોહી, પાલી, જાલોર, મારવાડ જંક્શનના રહેવાસીઓને મુંબઈમાં મારવાડી કહે છે.) અહીં મુંબઈની લોકલ ટ્રેનોમાં ધક્કા ખાઈ રહ્યો છું. હકીકતમાં, ઑટો પાર્ટ્સના ઑર્ડર લેવા અને માલ પહોંચાડવા માટે રાવ સાહેબને ઘણી મહેનત કરવી પડતી હતી. જો કે તેમનો નફો સારો એવો હતો. તે પાંચ વર્ષના ધંધામાં જ છ લાખ રૂપિયા જમા કરી ચૂક્યા હતા અને તે છ લાખ રૂપિયાથી એવો ધંધો શરૂ

કરવા માંગતા હતા કે, ('હિંગ લગેના ફિટકરી, રંગ આયે ચોખા') અને આજે તેમના પર ભગવાનની કૃપા થઈ ગઈ હોય, તેવું તેમને લાગ્યું. રાવ સાહેબે પોતાના મિત્રને આજીજી કરી, 'ભાઈ, આ એફ.ઍન્ડ ઓ.વાળો ધંધો મને પણ શીખવાડી દો.'

મિત્રએ કહ્યું, 'જરૂર તેમાં વધુ મહેનત પણ નથી. જુઓ તેમાં સીધું ગણિત છે - સસ્તામાં શૅર ખરીદો અને ઊંચી કિંમતે વેચી દો.'

'આ તો દરેક વેપારમાં છે. હું વાત સમજી ગયો છું.' 'જેમ કે હિંડાલકો એક કંપની છે તેના શૅર ફ્યુચર ઍન્ડ ઑપ્શનમાં ટ્રેડ કરે છે. તેના એક શૅરનો ભાવ ૨૦૦ રૂપિયા જેટલો છે અને હિંડાલકોના ૩,૫૦૦ શૅરનો ફ્યુચર ઍન્ડ ઑપ્શનમાં એક લૉટ છે.'

'લૉટનો શું મતલબ છે ?' રાવ સાહેબે પૂછ્યું.

'લૉટનો મતલબ છે - તે લઘુતમ શૅરોની સંખ્યા જે ફ્યૂચર ઍન્ડ ઑપ્શનમાં ટ્રેડ કરી રહ્યા છે. વાસ્તવમાં સેબી(SEBI) નથી ઇચ્છતી કે નાના રોકાણકારો ફ્યુચર ઍન્ડ ઑપ્શનમાં વેપાર કરી પોતાની નાની રકમ ગુમાવી દે. આથી માર્કેટમાં અત્યારે એવા નિયમ છે કે, ફ્યુચર ઍન્ડ ઑપ્શનનો કોઈ પણ લૉટ પાંચ લાખ રૂપિયાથી નાનો ન હોવો જોઈએ. જેમ કે, હિન્ડાલકોના શૅરની કિંમત અત્યારે ૨૦૦ રૂપિયા પ્રતિ શૅર છે અને તેના લૉટની સાઈઝ ૩,૫૦૦ શૅર છે તો સમગ્ર લૉટની કિંમત ૩,૫૦૦ x ૨૦૦ = ૭,૦૦,૦૦૦ (સાત લાખ) રૂપિયા થયા.'

'તો તેમાં નફો કઈ રીતે થાય છે ?' રાવ સાહેબે જાણવાની ઇચ્છા વ્યક્ત કરી.

'ઘણું સરળ છે. આ બે-ત્રણ દિવસથી જોઈ રહ્યો છું. હિન્ડાલકોનો શૅર ૧૯૮ રૂપિયાથી ઓછો નથી થતો. ૨૧૫ રૂપિયાથી ઉપર નથી જતો તો હું શૅરમાં શું કરું છું, ૨૦૦ રૂપિયાની આસપાસ એક લૉટ ફ્યુચરમાં ખરીદી લઉં છું એટલે કે, ૭,૦૦,૦૦૦ રૂપિયાના શૅર ખરીદી લઉ છું. પરંતુ હકીકતમાં તેના માટે ૧,૪૦,૦૦૦ રૂપિયા જ ચૂકવું છું કેમ કે મારો દલાલ ૨૦ ટકા નફા પર ફ્યુચરમાં ટ્રેડ કરવાની સુવિધા આપે છે.

'હવે શૅર જેવો ૨૧૦ રૂપિયા પર પહોંચી જાય છે. હું તેને વેચી દઉં છું

અને મને એક જ દિવસમાં ૩૫૦૦ શૅર પર ૩,૫૦૦ x ૧૦ = ૩૫,૦૦૦ રૂપિયાનો નફો માત્ર ૧,૪૦,૦૦૦ના રોકાણ પર થઈ જાય છે.'

રાવ સાહેબ હવે સમજી ગયા. મુંબઈથી પોતાનો ધંધો બંધ કરી તેમણે ઑફિસ ખોલી નાખી અને ફ્યુચરમાં દાવ અજમાવવા લાગ્યા.

અબ્દુલે જ્યારે રાવ સાહેબની એરકંડિશનર ઑફિસ જોઈ અને તેમની કમાણી અંગે સાંભળ્યું તો તે ઘણો રોમાંચિત થઈ ગયો હતો. ક્યાં હું મહેશ સાહેબ દ્વારા જણાવ્યા પ્રમાણે એક શૅરમાં ૭,૦૦૦ રૂપિયા રોકી બે-ત્રણ મહિના હોલ્ડ કરી માંડ ૧,૪૦૦ રૂપિયાની કમાણી કરું છુ, ક્યાં રાવ સાહેબ એક કલાકમાં ૩૫,૦૦૦ રૂપિયા કમાઈ લે છે. તેણે નિર્ણય કર્યો કે, આ અંગે મને જરૂર પૂછશે.

જ્યારે અબ્દુલ મને મળ્યો ત્યારે તેણે લાલચભરી આંખોથી મને ફ્યુચર ઍન્ડ ઑપ્શન અંગે એવી રીતે સમજાવ્યું કે, જોનારને લાગે કે, હું શૅરબજારનાં રહસ્યો શીખી રહ્યો છું. તે મારો ગુરુ છે અને હું તેનો ચેલો છું.

તેની પાસેથી એફ ઍન્ડ ઓમાં નફો કમાવવાનું સરળ ગણિત સાંભળી પહેલાં તો હું ઘણું હસ્યો, પછી તેને જણાવ્યું, 'અબ્દુલ, રાવ સાહેબની ઑફિસ ચાર-છ મહિનામાં બંધ થનાર છે. તે ફરી મુંબઈ જશે અને ભવિષ્યમાં શૅરબજારના નામથી પણ ચિડાઈ જશે.'

અબ્દુલે જ્યારે રાવ સાહેબને જણાવ્યું કે, તેના ગુરુએ કહ્યું છે કે, તેઓ એક-બે મહિનામાં આ દુકાન બંધ કરીને મુંબઈ પરત જતા રહેશે. તો રાવ સાહેબ ઘણા ગુસ્સે થઈ ગયા, 'કોણ છે મહેશચંદ્ર કૌશિક. તે તો મૂરખ છે⋯(રાવ સાહેબે બિનસંસ્કારી ભાષાનો પ્રયોગ કર્યો જેને મેં ⋯ ના રૂપમાં લખી છે. તમે જાતે વિચારી લો) પોતાની જાતને શૅરબજારનો મોટો જાણકાર સમજે છે.'

'કહેવાય છે કે, એક વખત એક ઉંદરને હળદરની ગાંઠ મળી હતી અને તે પોતાની જાતને ઘણો મોટો મસાલાનો વેપારી સમજી બેઠો હતો.

'મને તો ⋯ તેની વાતો જ મૂર્ખતાપૂર્ણ લાગે છે. કહે છે કે, 'ફ્યુચર ઍન્ડ ઑપ્શન નાના રોકાણકારો માટે બન્યું નથી.' ઈન્ટ્રાડેમાં ક્યારેય કોઈને શ્રીમંત બનતો જોયો નથી. તો માર્કેટમાં જે ફ્યુચર ઍન્ડ ઑપ્શન અને ઈન્ટ્રાડેમાં છૂટક રોકાણકારોનું જે આટલું ટર્નઓવર થાય છે તે તેનો બાપ કરે છે શું ?⋯'

અબ્દુલને ઘણો ગુસ્સો આવી રહ્યો હતો. તે ટૅક્સી સ્ટેન્ડ પર ઘણા ડ્રાઈવરો સાથે મારામારી કરી ચૂક્યો હતો. ટૅક્સી સ્ટેન્ડ પર નાના-મોટા ડ્રાઈવર તો તેના નામથી ડરતા હતા પરંતુ આટલો ગુસ્સો આવવા છતાં તે ગુસ્સો પી ગયો, કારણ કે તે જે સમાચારપત્રની ટૅક્સી ચલાવતો હતો તે સમાચારપત્રવાળા પોતાની ટૅક્સી પર ચરિત્ર ચકાસ્યા બાદ જ ડ્રાઈવરને રાખતા હતા. આથી તેણે વિચાર્યું કે, તેના ગુરુ અંગે અપશબ્દો બોલવા બદલ આ સાહેબને બે-ચાર લાફા મારી લઈશ તો નાહકનો મારા પર કેસ થઈ જશે.

અબ્દુલને મેં પણ સમય-સમયે સમજાવ્યો હતો કે, ગુસ્સો ઓછો કરે, કોઈ પણ વ્યક્તિ કોઈની દુશ્મન હોતી નથી. હકીકતમાં દરેક વ્યક્તિનો પોતાનો એક દૃષ્ટિકોણ હોય છે. જેનામાં જેટલી સમજણ હોય છે, તે મુજબ તો તે વાત કરતો હોય છે. આથી જો કોઈ વ્યક્તિ અપશબ્દો બોલે તો તે તેના સંકુચિત દૃષ્ટિકોણ, તેની સભ્યતા અને તેનાં શિક્ષણના સ્તરને કારણે કહે છે. આવા વ્યક્તિ સાથે ખોટી દલીલ કે નકામી ચર્ચા કર્યા વિના પોતાના વિકાસ પર ધ્યાન આપવું જોઈએ.

સાંઈબાબાના પુસ્તક ‘સાંઈ સચ્ચરિત્ર’માં લખ્યું છે – ‘આપણે એકબીજાની સાથે લડવા-ઝઘડવાનું છોડી પરસ્પર મિત્રતા અને પ્રેમથી રહેવું જોઈએ. શત્રુતા અને નાશ કરવાનું છોડી જો કંઈ કરવું હોય તો હંમેશાં બીજાનું ભલું કરો અને પોતાના હિત (વિકાસ)ના માર્ગનો વિચાર કરો.’

અબ્દુલે રાવ સાહેબની વાતો સાંભળી ત્યાંથી નીકળવાના મૂડમાં કહ્યું,‘ચાલો રાવ સાહેબ, એવું જ હશે. ભાઈ, મારી પાસે તો ફ્યુચર જેટલા પૈસા નથી, આથી મારા માટે તો મહેશ સાહેબવાળી સિસ્ટમ જ યોગ્ય છે.’

રાવ સાહેબ થોડા શાંત થયા કહ્યું, ‘હા, સાચું છે. જો કે માણસ સારો છે. કમાય છે કેટલું ? આજે પણ સુઝુકીના પાંચ વર્ષ જૂના સ્કૂટરનો ઉપયોગ કરે છે. (હા-હા-હા, જોકે સ્પષ્ટતા કરી દઉં તો મેં સુઝુકીનું જુનું સ્કૂટર વેચી ૨૦૧૭માં ગણેશ ચતુર્થીના રોજ નવી જ્યુપિટર ઝેડએક્સ સ્કૂટી લઈ લીધી છે અને કાર પણ એક વર્ષ સુધી રાખી હતી. જૂની સેન્ટ્રો કાર હતી, જેનો ઉલ્લેખ પુસ્તકની શરૂઆતમાં ચંદુના નામથી કર્યો છે. કોઈ પણ કાલ્પનિક વાત હોય, થોડી તો સત્ય ઘટનાઓ પર આધારિત હોય જ છે. પરંતુ મેં કાર વેચી દીધી, કારણ કે મારા પરાનું બજાર ઘણું નાનું છે, જેમાં કાર લઈ જાઉં તો નાની સાંકડી ગલીઓમાં

ટ્રાફિક જામનો ડર રહે છે, આથી તેને વેચી પીછો છોડાવ્યો અને નવી સ્કૂટી લઈ લીધી જે પિંડવાડાના સાંકડા રસ્તાઓ પર આરામથી ચાલે છે. કાર તો ક્યાંક જવું હોય તો અબ્દુલ જેવા ડ્રાઈવરની સાથે ભાડાથી પણ આવી જાય છે.)

'હું મારા ફ્યુચરના ધંધામાં દરરોજ ૪૦,૦૦૦થી ૫૦,૦૦૦ રૂપિયા કમાઈ લઉં છું.' રાવ સાહેબે કહ્યું.

'પરંતુ તમને નુકસાન પણ થતું હશે ?' અબ્દુલે પૂછ્યું.

'જરા પણ નહીં. મેં એક 'એફ.આર.બી. ટ્રેડર્સ ઍન્ડ ઇનવેસ્ટમેન્ટ એડ્વાઇઝરી' કંપની પાસેથી પેડ સર્વિસ લીધી છે. તે રોજ એક ટ્રેડ જણાવે છે અને તે એકદમ સચોટ હોય છે.'

'તો શું તેમાં સ્ટૉપ લૉસ નથી રાખવો પડતો ?'

'હા, એફ.આર.બી. ટ્રેડર્સ ઍન્ડ ઇનવેસ્ટમેન્ટ અડ્વાઇઝરી સ્ટૉપ લૉસ આપે છે પરંતુ મોટાભાગે તે સ્ટૉપ લૉસ ટ્રિગર જ થતું નથી. છેલ્લા ચાર દિવસથી તો તેમ જ થાય છે.'

'આ એફ.આર.બી. ટ્રેડર્સ ઍન્ડ ઇનવેસ્ટમેન્ટ અડ્વાઇઝરી ક્યાંની કંપની છે ? તેનું પૂરું નામ શું છે ? તેમની ટીપ જો આટલી સચોટ હોય છે તો તેઓ પૈસા લઈ સલાહ કેમ વેચે છે, જાતે ખરીદી નફો કેમ કમાતા નથી ?'

'અરે, સેવા કરે છે બિચારા, કંપનીનું પૂરું નામ તો મને પણ ખબર નથી. મારી પાસે એસ.એમ.એસ. આવ્યો હતો કે પાંચ દિવસની મફત સેવા લઈ લો. પછી પસંદ આવે તો ૩૦,૦૦૦ રૂપિયા દર મહિને અથવા છ મહિનાના ૧,૨૫,૦૦૦ અથવા વર્ષના ૨,૦૦,૦૦૦ રૂપિયા ભરી તેમની પેઇડ સર્વિસ લઈ શકે છે. હા, કંપનીની વેબસાઇટ પર કોઈ એડ્રેસ તો લખ્યું નથી, માત્ર મોબાઇલ નંબર આપ્યો છે.'

'તો તમે પૈસા ભરી દીધા ? ના હજુ તો ચાર દિવસની મફત સેવાનો આનંદ લઈ રહ્યો છું. ચાર દિવસમાં આ શૅર ટીપ આવી. તમામમાં લગભગ ૨૫,૦૦૦થી ૪૫,૦૦૦નફો મેળવી લગભગ ૧,૧૦,૦૦૦ તો તેમાંથી જ કમાઈ લીધા છે. હવે ફી ભરી દઈશું તો ઘરમાંથી શું જશે ?'

'ચાર દિવસમાં એક પણ સ્ટૉપ લૉસનું ટ્રિગર ન થયું ?'

'ના, કંપનીએ ૮-૧૦ રૂપિયા ઉપરનો પ્રાઇસ ટાર્ગેટ અને પાંચ રૂપિયા

નીચેનો સ્ટૉપ લૉસ આપ્યો હતો. અત્યાર સુધી તો ટાર્ગેટ જ મળ્યો છે.'

અબ્દુલે એક પળ માટે વિચાર્યું કે, ક્યાંક એફ.આર.બી.નો મતલબ 'ફટાફટ રોડપતિ બનો' તો નથીને, જેણે યોગેન્દ્રના મિત્રને કંગાળ બનાવ્યો હતો. પછી વિચાર્યું ચાલો જવા દો મારે શું છે. પછી શું થયું, તમે જાણવા માગો છો ને ? થવાનું શું હતું, તે જ થયું, જે મોટાભાગે થાય છે.

જ્યારે પાંચ દિવસનો ફ્રી ટ્રાયલ પૂર્ણ થઈ ગયો તો રાવ સાહેબે વિચાર્યું કે, પાંચ દિવસમાં ૧,૫૦,૦૦૦ રૂપિયા તો કમાઈ લીધા છે. જો ૩૦,૦૦૦ રૂપિયા મહિનાની ફી જમા કરાવું તો આખા વર્ષના ૩,૬૦,૦૦૦ રૂપિયા થાય છે. તેનાથી સારું છે એક વર્ષનો પ્લાન લઈ ૨,૦૦,૦૦૦ રૂપિયા ભરી દઉં છું.

રાવ સાહેબે પોતાના ૫૦,૦૦૦ રૂપિયા જોડી ૨,૦૦,૦૦૦ જમા કરાવી દીધા અને આખી રાત સૂઈ શક્યા નહોતા. કારણ કે, તે ગણતરી કરતા રહ્યા કે, આમ રોજ ૩૦,૦૦૦ નફો રળી લે તો મહિનાના માર્કેટની રજાઓને બાદ કરી લગભગ ૬-૭ લાખ રૂપિયા કમાઈ લેશે.

બીજા દિવસે નવ વાગ્યે જ્યારે કંપનીનો ઇ-મેલ આવ્યો તો તે આશ્ચર્યચકિત રહી ગયા. રોજ એક ટીપ આવતી હતી. આજે ત્રણ કંપનીઓની ટીપ સ્ટૉપ લૉસની સાથે આવી હતી. અન્ય દિવસોમાં સ્ટૉપ લૉસ થોડો દૂર રહેતો હતો આજે ટાર્ગેટ અને સ્ટોપ લોસ બંને ટૂંકા-ટૂંકા હતા.

કંઈ વાંધો નહીં. તેણે આજે ત્રણેયમાં એક-એક લૉટ લઈ લીધો.

બેમાં પ્રથમ વાર સ્ટૉપ લૉસ ટ્રિગર થઈ ગયા. માત્ર તેનો નફો મેળવ્યો. કુલ મળી આજે તે ૧,૫૦,૦૦૦ રૂપિયા નુકસાનમાં રહ્યા.

કંપનીને ફોન કર્યો તો ત્યાંથી જવાબ મળ્યો, 'જુઓ સાહેબ આપણા કરારમાં અગાઉથી જ લખ્યું છે કે, માર્કેટમાં ટ્રેડ કરવું ઘણું જોખમી છે. તમે સ્ટૉપ લૉસનું ધ્યાન રાખો. આજે નુકસાન થયું છે, આવતીકાલે ફાયદો થશે. તમે નિશ્ચિંત રહો સાહેબ, બધું મળીને તમને ફાયદો જ થશે. અને સાહેબ, શું તમે અમારી ઇન્ટ્રાડેવાળી ફ્રી સર્વિસ પણ મેળવવા માગો છો ? તે માત્ર તમારા માટે એક વર્ષ માટે ૫૦,૦૦૦ રૂપિયામાં આપી રહ્યા છીએ, આમ તો તેની દર મહિને ફી ૨૫,૦૦૦ રૂપિયા છે.'

રાવ સાહેબને હવે દાળમાં કંઈક કાળુ લાગવા માંડ્યું, આથી તેઓએ ઇન્ટ્રાડેવાળી સર્વિસ અંગે 'હા' તો ન કહ્યું પરંતુ તેમને લાગી રહ્યું હતું કે ખોટું તો થયું છે. આગામી પાંચ-સાત દિવસ દરરોજ ૩-૪ ટીપ આવતી હતી. રાવ સાહેબ ક્યારેક કમાતા તો ક્યારેક ગુમાવતા. હવે રાવ સાહેબે વિચાર્યું કે મને નુકસાન કેમ થાય છે ?

તેમને લાગ્યું કે 'સ્ટૉપ લૉસ'થી જ નુકસાન થાય છે, કારણકે ૨-૩ રૂપિયાનો નાનો સ્ટૉપ લૉસ રાખે છે, તે ટ્રિગર થઈ જાય છે. તે પછી શૅર ફરી ઉપર ચડી જાય છે. તો સ્ટૉપ લૉસ જ કેમ ન રાખે ? આમ, પણ ફ્યુચરમાં એક-બે મહિનાનો સમય હોય છે. આ વખતે રાવ સાહેબે ૪-૫ ટીપ આવી તે તમામમાં રોકાણ કરી દીધું અન સ્ટૉપ લૉસનું ધ્યાન ન રાખ્યું તો તેમણે એક-બેમાં તો થોડો નફો મેળવી લીધો પરંતુ સ્ટૉપ લૉસ ન રાખવાને કારણે તેમની બાકીની પોઝિશન ૧-૧ લાખ રૂપિયાથી વધુના નુકસાનમાં આવી ગઈ.

હવે તેમની પાસે માર્જિન પણ ઓછું થઈ રહ્યું હતું. તેમ છતાં આગામી દિવસે તેમણે બચેલા તમામ માર્જિનને લગાવી ૩ પોઝિશન વધુ લઈ લીધી. આ વખતે પણ થોડા ભાવ નીચે ગયા તો તેમણે સ્ટૉપ લૉસ રાખ્યો નહોતો. વિચાર્યું કે, ભાવ તો ફરી વધી જશે, તેમાં શું ટેન્શન છે ? તેમણે થોડા સમય માટે કૉમ્પ્યૂટર બંધ કરી દીધું, કારણ કે નજર સામે નુકસાન વધતું જોઈ વધારે ટેન્શન થાય છે.

જ્યારે એક કલાક બાદ તેમણે પોતાનું ટ્રેડિંગ એકાઉન્ટ ફરી ખોલ્યું તો તેઓ આશ્ચર્યચકિત થઈ ગયા, કારણ કે તેમની ફ્યુચરમાં તમામ ઓપન પોઝિશન ઑટોમેટ્રિક સ્ક્વેર ઓફ થઈ ચૂકી હતી.

એટલે કે, એની જાતે જ ફ્યુચર પોઝિશનોમાં થઈ રહેલા નુકસાનને બુક કરી લીધો હતો. કુલ ૩,૪૩,૨૧૭.૫૦ નુકસાન થવાથી તેમના ખાતામાં હવે માત્ર ૦.૩૭ પૈસાનું બૅલેન્સ વધ્યું હતું. રાવ સાહેબના પગ નીચેથી જમીન સરકી ગઈ. તેમણે વિચાર્યું આ કેવી રીતે થઈ શકે છે ? જ્યારે તેમણે શૅર વેચ્યા જ નથી તો તેની જાતે જ કેવી રીતે વેચાઈ ગયા ?

રાવ સાહેબ આમ તો મારી સલાહથી ખિજાઈ જતા હતા, પરંતુ આખરે મારા મિત્ર તો હતા જ, હવે તેમની બ્રોકરેજ કંપનીથી ભૂલ થઈ ગઈ હતી તો

પિંડવાડામાં તેમને ઑનલાઇન ટ્રેડિંગના જાણકાર, સેબી દ્વારા રજિસ્ટર્ડ રિચર્સ એનાલિસ્ટ એક જ વ્યક્તિ જોવા મળી રહી હતી જે તેના બ્રોકર સાથે વાતચીત કરી તેમની ઓપન પોઝિશન પરત લાવી શકતી હતી અને તે વ્યક્તિ હું હતો. જે હવે તેમને દેવદૂત લાગી રહ્યો હતો.

રાવ સાહેબે મને ફોન લગાવ્યો પરંતુ મારો ફોન બંધ હતો, કારણ કે આમ તો હું મારો ફોન નંબર કોઇને આપતો નથી, કારણ કે અત્યારે જ્યારે વર્ષ ૨૦૧૭માં હું આ પુસ્તક લખી રહ્યો છું. મારી એપ અને યુ-ટ્યૂબ પર મારા લગભગ ૩૦,૦૦૦ ફોલોઅર્સ છે. તેમની સાથે વાત કરવા લાગી જાઉ તો મારે પાગલખાનામાં જવું પડે.

બ્લોગ અને યુ-ટ્યૂબ પર આવનાર ફોલોઅર્સની કૉમેન્ટનો જવાબ આપવામાં ઘણો થાકી જાઉં છું, પછી ફોન નંબર આપું તો મારી શું હાલત થાય.

મને મળનારા જે વ્યક્તિગત રીતે ઓળખનાર અબ્દુલ, યોગેન્દ્ર, રાવ સાહેબ (તમામ બદલેલ અથવા કાલ્પનિક નામ છે. કોઈપણ વાસ્તવિકતા સાથે તેને કોઈ લેવાદેવા નથી. કોઈપણ મળતી આવતી બાબતને માત્ર સંજોગ સમજવા.) દિલીપભાઈ માળી (આ વાસ્તવિક નામ છે, જેમનો ઉલ્લેખ મારા પુસ્તક 'ધ વિનિંગ થ્યોરી ઈન સ્ટૉક માર્કેટ'ના પ્રથમ પ્રકાશનમાં છે), પરીખ સાહેબ વગેરે છે. તેમની પાસે મારા ફોન નંબર તો છે, પરંતુ માનસિક યોગ્યતા અને કાર્યક્ષમતા વધારવા માટે હું દરરોજ પૂજા અને ધ્યાન વગેરે કરું છું, ત્યારે હું ફોન બંધ રાખું છું.

બપોરે અડધો કલાક મારી ઑફિસનો લંચ ટાઇમ હોય છે, ત્યારે પણ હું મોબાઇલ બંધ રાખી મૌન અને શ્વાસ પર ધ્યાન કરી, માનસિકરૂપે પરમાત્માને યાદ કરી ગુમાવેલી શક્તિ મેળવવાનો પ્રયત્ન કરું છું. રાવ સાહેબે આ સમયે જ ફોન કર્યો, જ્યારે હું લંચ ટાઇમમાં માનસિક સ્મરણ કરી રહ્યો હતો. તે વખતે ફોન બંધ કરી દીધો હતો. તમને આ બધી રામકથા એટલા માટે જણાવું છું કે તમે પણ પ્રેરણા લો અને દિવસભર તમારી શક્તિ નકામા વોટ્સએપ વાંચી મન ખરાબ કરવા, ફેસબુક ઇ-મેલ, નેટ સર્ફિંગ, મોબાઇલ પર વધારે પડતી વાતચીત કરવાને બદલે થોડો સમય મોબાઇલ બંધ કરી મૌન રહી તે પરમાત્મા/ખુદાની યાદમાં બેસો અને પરમશક્તિનો અનુભવ કરો.

ચાલો વાત આગળ વધારીએ. રાવ સાહેબ મારી પાસે આવ્યા અને પોતાની

સાથે બનેલી દુર્ઘટના જણાવી અને કહ્યું કે, મારા ઑનલાઇન ટ્રેડિંગ પ્લેટફોર્મમાં કેટલીક સેટિંગમાં સમસ્યા થઈ ગઈ છે અથવા તેમની સાઇટમાં કોઈ સમસ્યા છે. જેનાથી મારી ફ્યુચર ઓપન પોઝિશન દેખાતી જ નથી. તમે જરા તપાસ કરી જણાવશો કે શું સમસ્યા સર્જાઈ છે ?

મેં તપાસ કરી છેવટે તેમને જણાવ્યું કે તેમની સાઇટમાં કે સેટિંગમાં કોઈ સમસ્યા નથી. તે હકીકતમાં એક કલાકમાં ૩,૪૩,૨૧૭.૫૦ રૂપિયા ગુમાવી ચૂક્યા છે અને હવે જે ૦.૩૭ પૈસા વધ્યા છે તે જ તેમની મૂડી છે.

લોકો આવી રીતે જ શૅરબજારમાં નાણાં ગુમાવે છે. હકીકતમાં તેઓ શૅરમાં રોકાણ નથી કરતા પરંતુ તેઓ જુગાર રમી રહ્યા હોય છે. જુગાર જેમ કે લોકો ક્રિકેટમાં ગેરકાયદે રમતા હોય છે, તેવી જ રીતે શૅરના ભાવ જ્યારે એક કલાકમાં, એક દિવસમાં, એક મહિનામાં ઉપર અથવા નીચે જાય છે ત્યારે તેમના પર કોઈ નિયમ ચાલતો નથી. તે તો માત્ર માંગ અને પુરવઠાના આધારે ઉપર નીચે થાય છે. તમે તેનું સચોટ અનુમાન લગાવી શકતા નથી. પરંતુ જ્યારે તમે શૅરમાં ત્રણ વર્ષ, એક વર્ષ, છ મહિના કે ઓછામાં ઓછા એક મહિના માટે રોકાણ કરો છો તો તમે રોકાણકાર હો છો, ત્યારે તમે કંપનીનો બિઝનેસ ખરીદો છો. ત્યાં તમને આ પ્રકારનું નુકસાન થતું નથી.

આગળ મેં જોયું, રાવ સાહેબને મારા ઉપદેશમાં કોઈ રસ નહોતો. તેમણે કહ્યું, શા માટે મૂરખ જેવો ઉપદેશ આપો છો ? તમે મારી વાત સાંભળી જ રહ્યા નથી. મેં જ્યારે મારી ફ્યુચર પોઝિશન વેચી જ નથી, તો તેની જાતે કેવી રીતે વેચાઈ ગઈ ? કોઈ જાદુ છે ? હું (અયોગ્ય ભાષા)ને કોર્ટમાં લઈ જઈશ. આવું કોઈ કેવી રીતે મારી સંમતિ વિના મારા ખાતામાંથી પૈસા કાપી શકે છે ? મેં તેમને પૂછ્યું, જ્યારે તમે ડી-મેટ ખાતું ખોલાવ્યું, જ્યારે તમે એફ. ઍન્ડ ઓ.માં ટ્રેડિંગ શરૂ કર્યું ત્યારે તમે અંગ્રેજીમાં લખેલી કંપનીની શરતો અને નિયમોનો સ્વીકાર કર્યો હતો કે નહીં ?'

'હા કર્યો હતો.'

'શું તમે તે વાંચી હતી ?'

'ના, તે તો અંગ્રેજીમાં ૮-૧૦ પાનાં હતાં. મેં વાંચ્યા વગર જ I Accept અને Decline માંથી I Accept દબાવી દીધું, કારણ કે શરતોનો સ્વીકાર કર્યા

વિના તો ટ્રેડિંગ ખાતું ચાલું થતું જ નથી.'

'ચાલો તમે વાંચ્યું નથી. હું સમજાવી દઉં છું. તમે તમારી ઑનલાઇન ટ્રેડિંગ કંપનીને એ અધિકાર આપ્યા છે કે તમારા તરફથી તમારા આદેશ પર શૅર ખરીદી તેના પૈસા તમારા ખાતામાંથી કાપી શકે છે અને તે જ પ્રકારે શૅર વેચી પૈસા તમારા ખાતામાં જમા કરી શકે છે.

'સાથે જ જ્યારે તમે માર્જિન પર ઇન્ટ્રાડે અથવા ફ્યુચર ઍન્ડ ઑપ્શનમાં ટ્રેડ કરશો, ત્યારે તમે સાત લાખના શૅરના લૉટ માટે ૧,૩૫,૦૦૦ માર્જિન ચૂકવ્યું છે, ત્યારે તમારી મહત્તમ નુકસાન ઉઠાવવાની ક્ષમતા પણ ૧,૩૫,૦૦૦ જ છે. જો તમારી ઓપન પોઝિશન તેનાથી વધુ નુકસાનમાં આવી જાય છે અને તમારા ખાતામાં માર્જિન વધારવાના પૈસા નથી તો તમે કંપનીને એ અધિકાર આપ્યા છે કે તે તમારી ઓપન પોઝિશન ઑટોમેટિક સ્ક્વેર ઓફ કરી નાખે. એટલે કે વેચી નાખે અને નુકસાન બુક કરી લે, કારણ કે તમારા ખાતામાં માર્જિન મની નથી તથા તેનાથી વધુ નુકસાન થતા કોણ ભરશે ?

'તમે લિવરેજ પોઝિશન લીધી (મતલબ ઓછું માર્જિન હોવા છતાં પણ વધુ પોઝિશન લીધી) હવે તમારા ત્રણેય ફ્યુચર શૅર જ્યારે તૂટવા લાગે અને તમે સ્ટૉપ લૉસ રાખ્યો નથી તો તે જ્યારે ત્રણેય પોઝિશનના માર્જિનનું સમગ્ર બૅલેન્સ નુકસાનીમાં તબદીલ થઈ ગયું ત્યારે કંપનીએ તમે આપેલી સંમતિના આધારે તમારી પોઝિશન કટ કરી નાખી. કારણ કે તેનાથી વધુ નુકસાન વેઠવાની તમારામાં ક્ષમતા નહોતી.'

'તો હવે હું શું કરું ?'

'કંઈ નહીં, સૌથી પહેલાં તો તમારા ખાતામાં ૧૦,૦૦૦ રૂપિયા જમા કરાવો, કારણ કે ખાતામાં ૦.૩૭ પૈસા બૅલેન્સ રાખવાથી તમારી બૅન્ક લઘુતમ બૅલેન્સ જાળવી ન રાખવા બદલ દંડ ફટકારી દેશે.'

તે પછી રાવ સાહેબ અડધા કલાક સુધી રડતા રહ્યા. હું સાંત્વના આપતો રહ્યો. મારી ઑફિસમાં તમાશો જોનાર લોકોની ભીડ જામી ગઈ. તેમણે કહ્યું, મને રસ્તો બતાવો. હું શૅરબજારમાં છ લાખ રૂપિયા હારી ગયો.હું બરબાદ થઈ ગયો. હવે હું શું કરું ?'

મને ડર લાગ્યો કે રાવ સાહેબ કંઈ અજુગતું કરી લેશે, આથી મેં તેમને

ખોટું આશ્વાસન આપ્યું, 'તમારો પૈસો ક્યાંય ગયો નથી. કાલે તમારે રજા છે. તમે અબ્દુલને સાથે લઈને આવજો, કારણ કે તે પણ ઈન્ટ્રાડે અને કોમ્પ્યુટર ફ્યુચર ઑપ્શન --- પછી તમે બંને મળીને પૈસા કમાઈ શકો છો. તમારા પૈસા તમને પરત મળી જશે.'

'પરંતુ તમે તો ઈન્ટ્રાડે અને ફ્યૂચર ઑપ્શનના વિરોધી હતા ને ?'

'ના, તમે હંમેશાં સાંભળ્યું તે ખોટું હતું. હું કહેતો હતો કે, ઈન્ટ્રાડે અને ફ્યુચર ઍન્ડ ઑપ્શન રિટેલ નાના રોકાણકારો માટે નથી. અહીં મહેરબાની કરીને 'રિટેલ' અને 'નાના રોકાણકાર' શબ્દ પર ધ્યાન આપો. હું નાના રોકાણકાર એટલે કે જેની પાસે ૧૦ લાખ રૂપિયાથી ઓછી મૂડી છે તેમના માટે ફ્યુચર ઍન્ડ ઑપ્શનમાં ટ્રેડ કરવું ખોટું છે.'

'પરંતુ મારી પાસે તો ૦.૩૭ પૈસાની મૂડી છે.' કહીને રાવ સાહેબ ફરી રડવા લાગ્યા.

મેં તેમને સાંત્વના આપી કે તે ચિંતા ન કરે. હું ૩૭ પૈસાને પણ ૩૭ લાખ બનાવી દઈશ. (હું મનમાં ભગવાન પાસે જૂઠું બોલવા બદલ માફી માગી રહ્યો હતો પરંતુ આમ કરવું રાવ સાહેબનો જીવ બચાવવા માટે જરૂરી હતું.)

સ્વામી વિવેકાનંદે કહ્યું હતું - તમે સત્યનિષ્ઠાના વ્રતમાં જોડાઈ જાવ, એટલે કે ન જૂઠ્ઠુ બોલો, ના કોઈ પાસેથી તમારા માટે જૂઠું બોલાવો, ત્યારે તમારા મોંમાંથી અચાનક નીકળેલી જૂઠ્ઠી વાત પણ પ્રકૃતિ સાચી કરી બતાવશે.

હું પણ તે વ્રતનો અભ્યાસ કરી રહ્યો હતો. અહીં જૂઠું બોલવું જરૂરી હતું. આથી મારે જુઠ્ઠુ બોલવું પડી રહ્યું હતું. હું વિચારી રહ્યો હતો કે, કદાચ પ્રકૃતિ મારી સત્યનિષ્ઠાના અભ્યાસને જોઈ તેને પણ સત્ય કરી દે અને રાવ સાહેબ ક્યારેક ૩૭ પૈસામાંથી ૩૭ લાખ બનાવી લે.

મેં રાવ સાહેબને વાયદો કર્યો કે, આવતીકાલે તે અબ્દુલ સાથે આવે અને યોગેન્દ્રને પણ લેતા આવે. હું તમને ત્રણેયને ઈન્ટ્રાડે, ફ્યુચર ઍન્ડ ઑપ્શનના નિયમ શીખવાડી દઈશ, જેનાથી તમે ગુમાવેલી મૂડી પરત મેળવી લેશો. યોગેન્દ્ર જે રોજ રોદણાં રડે છે કે, શૅરનો ધંધો ધીમો છે, આવી રીતે તો બની રહ્યા કરોડપતિ, તેને પણ શૅરમાં ટી-૨૦ ક્રિકેટ જેવો રોમાંચ આવી જશે. અબ્દુલ હવે મોટો માણસ બનવાનો છે. તેનો સમય આવી ગયો છે કે, તે ફ્યુચર ઍન્ડ

ઑપ્શન, ડે ટ્રેડિંગ શીખી જાય. આ પ્રકરણને અહીં વિરામ આપીએ છીએ.

આ પ્રકરણમાંથી શું શીખ્યા ?

ઈન્ટ્રાડે માર્જિન ટ્રેડિંગ, ફ્યુચર ઍન્ડ ઑપ્શન છૂટક, નાના રોકાણકારો માટે નથી. અહીં રિટેલ નાના રોકાણકારોનો અર્થ છે, જેમની પાસે શૅર ખરીદવા માટે ૧૦ લાખ રૂપિયાથી ઓછી મૂડી છે. આ પુસ્તક હું ૨૦૧૭માં લખી રહ્યો છું, પરંતુ મને વિશ્વાસ છે કે આ એક અમર રચના બનશે અને આવનારા સેંકડો વર્ષો સુધી નાના રોકાણકારોને શૅરબજાર દ્વારા શ્રીમંત બનવાનો રસ્તો બતાવતું રહેશે. તેથી તમે જે પણ વર્ષે આ પુસ્તક વાંચો, તમે છૂટક રોકાણકાર છો અથવા મોટા રોકાણકાર, તેની ગણતરી માટે વર્ષ ૨૦૧૭ પછી દરેક વર્ષે એક લાખનો વધારો કરતા રહો. એટલે કે ૨૦૧૮માં ૧૧ લાખ, ૨૦૧૯માં ૧૨ લાખ, ૨૦૨૦માં ૧૩ લાખ, ૨૦૨૧માં ૧૪ લાખ, ૨૦૨૨માં ૧૫ લાખ - તે જરૂરી મૂડી માનો, તેટલી થતાં તમે ઈન્ટ્રાડે, ફ્યુચર ઍન્ડ ઑપ્શનમાં ઉતરી શકો છો.

શૅરબજારમાં ભૂલો માફ નથી થતી. અહીં જો તમે ટ્રેડ કરો છો અને સ્ટૉપ લૉસ રાખતા નથી તો તમારા છ લાખની મૂડી ૩૭ પૈસાની મૂડીમાં બદલાઈ શકે છે. આવી સ્થિતિમાં તમે પરલોક પણ સિધાવી શકો છો.

સ્ટૉપ લૉસ રાખવું ટ્રેડર્સ અને વધારે હોલ્ડિંગવાળા માટે જરૂરી છે. જો તમે તમારી આવકની ૧૦ ટકા રકમ જેટલી મૂડી એક શૅરમાં લગાવો છો અને તેને હોલ્ડ રાખો છો તો તમારે સ્ટૉપ લૉસ રાખવાની જરૂર નથી. ઉદાહરણ તરીકે પરીખજી એક સ્કૂલમાં આચાર્ય છે.(મારા સારા મિત્ર પણ છે. તેમની સાથે વાતો કરી અને તેમની તર્કશક્તિ દ્વારા મને મારી બુદ્ધિને તેજ કરવાની તક મળે છે.) તેમની માસિક આવક અત્યારે ૬૦ હજાર રૂપિયા મહિને છે તો ૬૦ હજારના ૧૦ ટકા એટલે કે મારી સલાહ પ્રમાણે તેમણે એક શૅરમાં માત્ર ૬,૦૦૦ રૂપિયાનું જ રોકાણ કરવું જોઈએ. તેથી જો તે સ્ટૉપ લૉસ ન રાખે તો પણ તે શૅરને સરળતાથી હોલ્ડ કરી શકે છે અને જો કંપની ડીલિસ્ટ પણ થઈ જાય તો પણ તેમને ૬,૦૦૦થી વધુનું નુકસાન નહીં થાય.

❑

એફ.આર.બી. (કાલ્પનિક નામ)ના શરૂઆતની પાંચ ટિપ્સ એકદમ સાચી કેવી રીતે સાબિત થઈ ?

તમે વિચારી રહ્યા હશો કે રાવ સાહેબે એફ.આર.બી. (ફટાફટ રોડપતિ બનો) કંપની દ્વારા જે ટિપ્સ મેળવી તેમાં શરૂઆતના પાંચ દિવસ સુધી એકદમ સચોટ કેવી રીતે સાબિત થઈ ?

આવો જાદુ કેવી રીતે થયો કે પાંચ દિવસ સુધી તેમની એકપણ ટિપ ખોટી સાબિત ન થઈ ?

હકીકતમાં આવું એક યુક્તિને કારણે થાય છે.

તમે પૂછશો - કેમ ?

મારી પાસે આવા દરરોજ ઇમેલ આવે છે કે પ્રિય મિ. કૌશિક શું તમારી કોઈ પેડ સર્વિસ છે ? કારણ કે હું તમારી પાસેથી પૈસા આપી શૅર ટિપ્સ ખરીદવા માંગુ છું.

મને આશ્ચર્ય થાય છે કે જ્યારે મારી એપ પર અને મારા બ્લોગ્સ પર મફતમાં રિસર્ચ રિપૉર્ટ અને શૅર ટિપ્સ મૂકવામાં આવે છે તો લોકો મારી એવી સલાહ ઇચ્છે છે, જેમાં હું તેમને કેટલાક પૈસા વસૂલ કરીને મારી શૅરબજારની સલાહ આપું ? વાસ્તવમાં તે વિચારે છે કે હું પૈસા લઈ સલાહ આપીશ તો કદાચ વધુ સારી હશે, જેનાથી તે રાતોરાત કરોડપતિ બની જશે.

ચાલો, આ મુદ્દે કંઈક યાદ આવ્યું. હું તાલુકામાં ટી.આર.એ.ના પદ પર કામ કરું છું અને મારી પાસે અમારા જિલ્લા કલેક્ટર કાર્યાલયના સહાયક મહેસૂલ એકાઉન્ટ ઑફિસરનો ચાર્જ પણ છે. આવી સ્થિતિમાં મારી પાસે જ્યારે

કોઈ ખેડૂત પોતાનું કામ લઈને આવે છે અને તેમની સમસ્યા સાંભળી તેનું સમાધાન કરી દઉં છું તો તેમને વિશ્વાસ જ નથી થતો કે તેમનું કામ થઈ ગયું છે. તે વારે ઘડીએ એક જ રટણ કરે છે કે, 'સાહેબ, ચા-પાણી લઈ લો.'

'હું તેમને સમજાવું છું કે ભાઈ, રાજ્ય સરકારે અમને આ કામ માટે જ રાખ્યા છે. હું ચા પીતો નથી, પાણી હું મારા ઘરેથી આર.ઓ.નું લઈને આવું છું અને તમારું કામ મેં કરી દીધું છે. પરંતુ તેમને વિશ્વાસ થતો નથી કે ચા-પાણી વિના તેમનું કામ કઇ રીતે થઈ શકે ? તેઓ ફરી આગ્રહ કરે છે – 'બાબુજી, કેમ પરેશાન કરી રહ્યા છો ? ચા-પાણી લઈને કામ કેમ કરી આપતા નથી ?' આ બાબતે મહામહેનતે તેમને વિશ્વાસ અપાવવો પડે છે કે, તેમનું કામ ચામાં પાણી મિલાવ્યા વિના પણ એ જ ઝડપે થઈ રહ્યું છે જે ઝડપે ચામાં પાણી નાખવાથી થઈ જાય છે.

આ રીતે મારા ફોલોઅર્સને પણ વિશ્વાસ નથી થતો કે હું મારી ટિપ્સ કેમ વેચતો નથી ? તે વિચારે છે કે, પેડ સર્વિસ વધુ સારી હોઈ શકે છે.

ખરું જોતાં મારું માનવું છું કે, જો ખરેખર એવો શૅર શોધવાની ક્ષમતા છે જે ભવિષ્યમાં પરફોર્મ કરી શકે તો તમારે તેને નામ વેચી પૈસા કમાવવાની જરૂર જ શું છે ? તમે જાતે જ તેમાં રોકાણ કરીને પૈસા કેમ બનાવી શકતા નથી ? જેમ હું કરું છું, હું અને મારી પત્ની મારી તમામ શૅર ટિપ્સમાં જાતે પણ રોકાણ કરીએ છીએ અને સેબીના કાયદાનું પણ પ્રામાણિકતાથી પાલન કરીએ છીએ કે રિસર્ચ રિપૉર્ટ મૂકવાના ૩૦ દિવસ અગાઉ અને પાંચ દિવસ પછી પણ અમે અમારી કોઈપણ ટિપ્સમાં રોકાણ કરતા નથી અને ટ્રેડ કરતા નથી. તેનું કાયદેસર સી.એ. દ્વારા વાર્ષિક ઑડિટ પણ થાય છે.

હું તો ઇચ્છું છું કે તમે જાતે શૅર શોધવાનું શીખી લો. તે પછી તમારે અમારા બ્લોગ્સ વાંચવાની પણ જરૂર નથી.

ક્યારેય શૅરની ટિપ્સ આપનાર સર્વિસ સબ્સક્રાઇબ ન કરો, કેમ કે જો તમે મારા સિદ્ધાંતને સમજી લો છો તો તમને તેની જરૂરત નથી.

તમે મારાં પુસ્તકો ખરીદો એવો પણ હું આગ્રહ કરતો નથી. તમે ઇચ્છો તો મારા યુ-ટ્યૂબ વીડિયો જોઈ મફતમાં જ્ઞાન મેળવી શકો છો પછી વધુ માહિતી મેળવવા માગો તો જ પુસ્તકો ખરીદો.

પેડ ટિપ્સ સર્વિસ શા માટે સબ્સક્રાઈબ ન કરવી, તે માટે આજે તમને શ્રી ઘીસુભાઈની વાત જણાવવામાં આવી રહી છે. ઘીસુભાઈનું વર્ણન મારા પુસ્તક 'શૅર બાઝાર મેં ચંદુને કૈસે કમાયા ઔર ચિંકીને ગંવાયા' ના પ્રકરણ-૧૭માં છે પરંતુ આ વાત તેનાથી અલગ છે.

ઘીસુભાઈને શૅરબજારમાં લૉંગ ટર્મ રોકાણ કરવું પસંદ નથી. તે તો ક્યારેક ફસાઈ જાય તો મજબૂરીમાં લૉંગ ટર્મ રોકાણકાર બની જાય છે, કારણ કે તેમને નુકસાન વેઠી વેચવું પણ પસંદ નથી, જેમ કે તમે પેલા ચંદુ-ચિંકીના પુસ્તકમાં વાંચ્યું છે કે ઘીસુભાઈએ જે સુઝલોનના શૅર આઠ-નવ વર્ષ અગાઉ ખરીદ્યા હતા, તે આજે પણ તેમના પૉર્ટફોલિયોની શોભા વધારી રહ્યા છે.

ઘીસુભાઈ એક દિવસ નેટ પર સર્ફ કરી રહ્યા હતા ત્યારે એક જાહેરાત જોઈ કે અમારી શૅર અંગેની ટિપ્સ દ્વારા ઘરે બેસી કમાઓ ૫૦,૦૦૦ રૂપિયા મહિને. પાંચ દિવસના ટ્રાયલ માટે આજે જ અરજી કરો.

ઘીસુભાઈએ અરજી કરી દીધી. હવે બીજા દિવસે તેમની પાસે એક ઈમેલ આવ્યો કે આજે તમે એસ.બી.આઈ.ના શૅર ખરીદો અને દિવસના અંતે યોગ્ય નફો મેળવી વેચી નાખો. આજે એસ.બી.આઈ. કોઈ પણ સંજોગોમાં વધવાનો છે.

ઘીસુભાઈ ઘણા ચાલાક હતા. તેમણે વિચાર્યું, આજે તો ચૅક કરું છું. સાચું હશે તો કાલે પૈસા લગાવીશું.

ઘીસુભાઈ આશ્ચર્યચકિત થઈ ગયા કે એસ.બી.આઈ. ખરેખર પાંચ ટકા ઉપર બંધ થયો. તેમણે વિચાર્યું, આજે તો તક ચૂકી ગયા ભાઈ ! જો ૧૦ હજાર માર્જિન મની લગાવી ૫૦,૦૦૦ના એસ.બી.આઈ. ઈન્ટ્રાડેમાં લીધા હોત તો આજે જ ૨,૫૦૦ રૂપિયા કમાઈ લેતા !

બીજા દિવસે ઈમેલ આવ્યો. આજે એચ.યુ.એલ.નો શૅર નીચે જનાર છે. ઘીસુભાઈએ આજે ડરતાં-ડરતાં ૨૫,૦૦૦ના શૅર વેચી દાવ લગાવ્યો અને દિવસના અંત સુધીમાં ૨,૦૦૦ કમાણી કરી નીકળી ગયા.

આ રીતે ત્રીજા દિવસે પણ સાચી ટિપ્સ આવી પરંતુ આજે ઘીસુભાઈએ પૈસા ન લગાવ્યા, કારણ કે તેમણે વિચાર્યું કે કે સતત ત્રણ ટિપ્સ થોડી સાચી પડે છે. આજે તો નિષ્ફળ થશે. પરંતુ ઘીસુભાઈનો વિચાર ખોટો હતો. આજે પણ

ટિપ સાચી પડી હતી.

ચોથા દિવસે ઘીસુભાઈને રિલાયન્સ ખરીદવાની સલાહ આપી અને તેમાં પણ તેઓએ ૩,૦૦૦ રૂપિયાની કમાણી કરી.

પાંચમા દિવસે સલાહ આવી કે અરવિંદ લિમિટેડ તૂટશે. ઘીસુભાઈએ આજે સીધું ફ્યુચરમાં રોકાણ કરી દીધું. એક વખત તો અરવિંદ ઉપર વધ્યો અને ઘીસુભાઈ ૨૦,૦૦૦ના નુકસાનમાં આવી ગયા હતા પરંતુ દિવસના અંત સુધીમાં કમાલ થઈ ગઈ. પાંચમા દિવસની સલાહ પણ સાચી પડી. પાંચમા દિવસે તો ઘીસુભાઈએ એક દિવસમાં જ ૧૦,૦૦૦ રૂપિયા કમાઈ લીધા.

ઘીસુભાઈને હવે રાત્રે ઊંઘ ન આવી. તેમણે જોયું, હવે તો કરોડપતિ બની ગયા. ભાઈ, હવે તો ચામુંડા આઇસક્રીમ પાર્લર જ ખરીદી લેશે. (તે પુસ્તકમાં તમે વાંચ્યું હશે કે, ઘીસુભાઈ ત્યાં નોકર હતા.)

આગામી દિવસે કંપનીનો ઈમેલ આવ્યો કે તમારો ફ્રી ટ્રાયલ પૂર્ણ થઈ ગયો છે. હવે તમે ઇચ્છો તો અમારી ફી એક મહિનાની ૪૦,૦૦૦ રૂપિયા અથવા છ મહિનાની એક લાખ રૂપિયા આપી અમારી સેવા ચાલુ રાખી શકો છો.

ઘીસુભાઈએ તરત જ છ મહિનાના એક લાખ રૂપિયા ઑનલાઇન જમા કરાવી દીધા. આગામી દિવસે ઘીસુભાઈની પાસે એકના બદલે ચાર શૅરની ટિપ આવી. જેમાં ઘણો નાનો ટાર્ગેટ અને સ્ટૉપ લૉસ આપ્યા હતા, જેમાંથી એક સાચી અને ત્રણ ખોટી પડી અને જોશમાં આવી વધુ રકમ લગાવવાને કારણે ઘીસુભાઈને એક જ દિવસમાં ૫૦,૦૦૦ રૂપિયાનું નુકસાન થઈ ગયું, કારણ કે ઘીસુભાઈને સ્ટૉપ લૉસ રાખવો મંજૂર નહોતો.

તે પછી પણ જે ટીપ આવતી, કેટલીક સાચી તો કેટલીક ખોટી પડતી, ઘીસુભાઈ જેટલું કમાતા તેનાથી વધુ ગુમાવતા કારણ કે નફો તો ઘણો ઓછો મેળવતા હતા અને નુકસાન બુક કરતાં ખિજાતા, એટલે નુકસાન વધતુ જતું હતું. કંપનીમાં ફોન કરે તો જવાબ મળતો કે તમે સ્ટૉપ લૉસ કેમ ન રાખ્યો ?

તમે વિચારી રહ્યા હશો કે હું શા માટે તમને કંટાળો આપી રહ્યો છું. હકીકતમાં શરૂઆતમાં પાંચ દિવસમાં સલાહ કેમ સાચી પડતી હતી ? તેનો જવાબ સાંભળી લો. કંપનીની ફ્રી ટ્રાયલની જાહેરાત કરે છે. માની લો, ૪,૦૦૦

લોકો આ જાહેરાત જોઈ ફ્રી ટ્રાયલ લે છે. હવે કંપની તેને ૨,૦૦૦-૨,૦૦૦ના બે વિભાગમાં વહેંચી નાખે છે. પ્રથમ વિભાગને કહ્યું, આજે એસ.બી.આઈ.નો શૅર વધવાનો છે. તમે લઈ લો અને ઇચ્છા પ્રમાણે નફો કમાઓ. બીજાને કહ્યું, આજે એસ.બી.આઈ. નીચે જવાનો છે. તમે વેચી નાખો. હવે બેમાંથી એક તો થશે જ, આથી જ્યારે એસ.બી.આઈ. ઊંચે ગયો ત્યારે કંપની સમજી ગઈ કે ૨,૦૦૦ સંભવિત ગ્રાહક છે. આથી તેમને ૧,૦૦૦-૧,૦૦૦ના ભાગમાં વહેંચી એક જ શૅરની વધવાની અને નીચે જવાની ટિપ્સ મોકલાવી. હવે ઘીસુભાઈ એ ૧,૦૦૦ લોકોના સમૂહમાં હતા જેને બંને સલાહ સાચી મળી હતી.

ત્રીજા દિવસે ફરી ૫૦૦-૫૦૦ના જૂથમાં વહેંચી એકને વધવાની અને બીજાને ઘટવાની સલાહ આપી દીધી.

ચોથા દિવસે જે ૫૦૦ લોકોની ત્રણેય સલાહ સાચી પડી હતી, તેમને ૨૫૦-૨૫૦ના જૂથમાં વહેંચી તેમને પણ આ પ્રકારે ટિપ્સ મોકલવામાં આવી. પાંચમા દિવસે જે ૨૫૦ લોકોના જૂથની ચારેય ટિપ્સ સાચી હતી તેમને ૧૨૫-૧૨૫ના જૂથમાં વહેંચી અડધાને અરવિંદ વધવાની, અડધાને નીચે થવાની ટિપ્સ મોકલી હતી. સદ્‌ભાગ્યે ઘીસુભાઈએ ૧૨૫ સબ્સક્રાઇબરમાં હતા જેમને પાંચેય દિવસ સાચી સલાહ મળી હતી અને કંપની જાણતી હતી કે ૧૨૫માંથી આ ૧૦૦ વ્યક્તિ એક લાખની ફી ભરે છે તો કંપનીએ તો એક કરોડ બનાવી લીધા છે. તે પછી ટીપ આવતી તો તેમાં નાનો લક્ષ્યાંક અને ટૂંકો સ્ટૉપ લૉસ રહેતો.

અહીં મારો આશય કોઈપણ પેડ સર્વિસ અથવા રિસર્ચ એનાલિસ્ટની નિંદા કરવાનો નથી. મોટાભાગે પેડ સર્વિસ આપનાર પણ પોતાના ક્ષેત્રમાં નિષ્ણાત લોકો છે. તેમાંથી કેટલાક તો મારા બ્લોગ્સ પણ વાંચે છે અને તેમની સાથે મારે સારી મિત્રતા પણ છે. અહીં તમને માત્ર એવી છેતરપિંડી કરનાર કંપનીઓથી સાવચેત કરવાના છે, જેઓએ ઘીસુભાઈ સાથે છેતરપિંડી કરી હતી.

આથી હું ઇચ્છું છુ કે, તમે જાતે શૅરને શોધવાનું શીખો અને બીજા પર, ત્યાં સુધી કે મારા ભરોસે પણ ન કરો.

❑

અબ્દુલ શૅરબજારમાં પાંચ લાખની મૂડી સુધી કેવી રીતે પહોંચ્યો ?

મે પ્રકરણ છમાં વાંચ્યું હશે કે અબ્દુલે પોતાના ૧૦,૦૦૦ રૂપિયાના ચાર ભાગ કર્યા હતા. પ્રથમ ૫,૦૦૦ રૂપિયા ફંડામેન્ટલ સ્ટૉક્સમાં, બીજા ૨,૫૦૦ રૂપિયા પૈની સ્ટૉક્સમાં, ત્રીજા ૧,૨૫૦ બ્રેકઆઉટ સ્ટૉક્સમાં અને ચોથા ૧,૨૫૦ રૂપિયા ટ્રેડિંગ બ્રેકઆઉટ સ્ટૉક્સમાં રોકવાના હતા અને જેમ જેમ નવી મૂડી પોતાની આવકના ૧૦ ટકા રકમ જમા થતી જાય, આ રકમ મુજબ શૅર લેતા રહેવાના હતા. આમ કરવાથી અબ્દુલને ફંડામેન્ટલ શૅરમાં ૫૦ ટકાથી ઉપર નફો બુક કરવાની સલાહ મેં આપી હતી. પૈની શૅરમાં ૪૦ ટકા નફો, ટ્રેડિંગ સ્ટૉક્સમાં ૨૦ ટકા નફો અને બ્રેકઆઉટમાં ૧૦ ટકા નફો બુક કરવાનો હતો અને કોઈ સ્ટૉપલોસ રાખવાનો નહોતો. ના કોઈ રિવર્સ ટ્રેડિંગ કરવાની હતી. હવે દરમહિને લગભગ આવું થયું હશે. (આ ચોક્કસ બૅલેન્સ શીટ નથી, લગભગ છે અને કાલ્પનિક વાર્તાની કાલ્પનિક શીટ માનજો)

૧. પ્રથમ મહિને અબ્દુલે ચાર શૅર લીધા હશે.

શૅર એ. ૫,૦૦૦ રૂપિયા,

શૅર બી. ૨,૫૦૦ રૂપિયા,

શૅર સી. ૧,,૨૫૦ રૂપિયા,

શૅર ડી. ૧,૨૫૦ રૂપિયા,

કુલ વેલ્યૂ - ૧૦,૦૦૦ રૂપિયા,

કૅશ - ૧૦,૦૦૦ લઘુતમ બૅલેન્સ

૨. બીજા મહિને શૅર ડીની કિંમત ૨૦ ટકા ઊંચે આવી ગઈ. જોકે, બ્રેકઆઉટ શૅરમાં ૧૦ ટકા નફો બુક કરવાનો જ લક્ષ્યાંક રાખવાનો હોય છે પરંતુ અબ્દુલની ઓછી મૂડી હોવાથી ૧,૨૫૦ના ૧૦ ટકા નફો બુક કરશો તો ૮૦ રૂપિયા દલાલી અને કરવેરામાં જ જતા રહેશે. આથી જ્યાં સુધી તેની મૂડી કેટલીક વધી ન જાય, તેને બ્રેકઆઉટ સ્ટૉક્સમાં પણ ૨૦ ટકા લક્ષ્યાંક રાખવાનું કહેવામાં આવ્યું હતું.

તેણે મેળવેલા નફા (કરવેરો અને દલાલી કાપ્યા બાદ) લગભગ ૨૦૦ રૂપિયાને રોકડમાં લઈ લીધા અને મૂળ મૂડી ૧,૨૫૦ બીજા બ્રેકઆઉટ શૅરમાં લગાવી દીધા. આ મહિને તેણે પોતાની આવકની ૧૦ ટકા રકમ નવી મૂડી ૨,૪૪૭ રૂપિયા પણ પોતાના શૅરના ધંધામાં સામેલ કરી દધી. હવે કુલ રકમ ૧૦,૦૦૦ (લઘુતમ બચત ખાતાનું બૅલેન્સ) + ૨,૪૪૭ + ૨૦૦ (નફો) = ૧૨,૬૪૭ રોકડ અને અગાઉની જેમ ચાર શૅર થઈ ગયા.

૩. ત્રીજા મહિને સદ્‌ભાગ્યે પૈની શૅરમાં ૪૦ ટકા નફો લગભગ ૯૦૦ રૂપિયા (દલાલી બાદ કરીને) મળી ગયો. મૂળ ૨,૫૦૦થી ફરી કોઈ પૈની શેર મળી ગયો. નવી મૂડી આવકની ૧૦ ટકા રકમ બચાવીને ૨,૫૬૩ રૂપિયા પોતાના શૅરોના ખાતામાં જમા કરી નાખ્યા. હવે બૅલેન્સ ૧૨,૬૪૭ (ગત મહિનાની રોકડ)+ ૨,૫૬૩ + ૯૦૦ (નફો) = ૧૬,૧૦૦ થઈ ગયા. આથી તેણે ૫,૦૦૦ રૂપિયા વધુ એક ફંડામેન્ટલ શૅરમાં રોકાણ કરી દીધા. હવે તેની પાસે કુલ પાંચ શૅર થઈ ગયા છે. બે ફંડામેન્ટલ (૫,૦૦૦-૫,૦૦૦ના, એક ટ્રેડિંગ, એક પૈની, એક બ્રેકઆઉટ શૅર અને રોકડ ૧૧,૧૦૦ રકમ બાકી રહી.

૪.મારા જે અધીરા વાચકો છે, જેઓએ આ પુસ્તકને શરૂઆતથી ઊંડાણપૂર્વક વાંચી જીવનમાં ઉતાર્યું નથી. જલદી-જલદી પચાવ્યા વિના આગળ વધી ગયા છે તેમને પેટમાં દુખતું હશે કે આ શું બકવાસ છે ? ફંડામેન્ટલ શૅર, ટ્રેડિંગ શૅર, પૈની શૅર, બ્રેકઆઉટ શૅર શું હોય છે ?

તેમના માટે ફરીથી જણાવી દઉં કે અગાઉનાં પ્રકરણોમાં મેં જણાવ્યું છે કે જે શૅર તેની નેટ સેલ પ્રતિશૅર (ગણતરી તમે મારા યુ-ટ્યૂબ વીડિયોમાંથી શીખી શકો છો. યુ-ટ્યૂબ પર મહેશચંદ્ર કૌશિક નેટ સેલ લખતાં જ તમને મળી જશે. મેં મૂળ કિંમત વગેરેની ગણતરીના ટ્યૂટોરિયલ યુ-ટ્યૂબ પર મૂકેલા છે. જો કે મારા જૂના ફોલોઅર્સ જેઓએ મારાં અગાઉનાં ત્રણ પુસ્તકો વાંચેલાં છે તેઓ

ગણતરી કરવાનું જાણે છે) થી ઓછા ભાવે મળી રહ્યો હોય. મૂળ કિંમતથી ૨૦ ટકા ઓછા અથવા ૧૦ ટકા ઉપર હોય, ડિવિડન્ડ આપતો હોય, પ્રોમોટર્સે શૅર ગીરવે રાખ્યા ન હોય, વેચીને ઓછા ન કર્યા હોય, છેલ્લા બે વર્ષોમાં તેમાં બલ્ક ડીલ, બોનસ, ફેસ વેલ્યૂનું વિભાજન થયું ન હોય, તેનું વાર્ષિક ઉચ્ચ સ્તર (બાવન વીક હાઈ) વાર્ષિક નિમ્ન સ્તર (બાવન વીક લો)નો રેશિયો બેથી ઓછો હોય, વર્તમાન બજાર ભાવ તેની ૨૦૦ ડી.એમ.એ.થી ઉપર હોય તો તે ફંડામેન્ટલ શૅર છે. જો તમે ૨૦,૦૦૦ રૂપિયાથી શૅરબજારમાં શરૂઆત કરો છો તો ૧૦,૦૦૦ રૂપિયા લઘુતમ રકમ ખાતામાં રાખ્યા બાદ બાકીના ૧૦,૦૦૦માંથી ૫,૦૦૦ આ પ્રકારના શૅરમાં રોકાણ કરી શકો છો. જો શૅર ઉપરની શરતોમાંથી મોટાભાગની શરતો પૂર્ણ કરતો હોય (પ્રોમોટર્સ હોલ્ડિંગ ૨૦ ટકાથી ઓછી ન હોય અને ૩૫ ટકાથી વધુ શૅર ગીરવે ન રાખવાની શરત જરૂરી છે. બાકી એક-બે પૂર્ણ ન થાય તો પણ વાંધો નહીં.) પરંતુ ૨૦૦ ડી.એમ.એ. બેથી ઉપર હોય તથા તેનો ભાવ ૨૦ રૂપિયાથી ઓછો હોય (વર્ષ ૨૦૧૭માં ૨૦ રૂપિયા માપદંડ હતો. ૨૦૧૭માં ભારતમાં ૧૦ રૂપિયાના સુધીના સિક્કા આવે છે. આથી તમે આ પુસ્તક ૨૦૩૦માં વાંચી રહ્યા હોવ તો તે સમયે માની લો ૫૦ રૂપિયાનો સિક્કો આવતો હોય તો તે સમયે ૧૦૦ રૂપિયાથી ઓછી કિંમતના શૅર પૈની શૅર હશે. આજે તો આપણે ૨૦ રૂપિયાથી ઓછી કિંમતના શૅરને પૈની શૅર કહીએ છીએ.) આવા શૅરમાં ૨,૫૦૦ રૂપિયા રોકાણ કરવાના હોય છે.

ટ્રેડિંગ અને બ્રેકઆઉટ શૅરમાં પણ લગભગ આવી જ વાત હોય છે. તેમાં નેટ સેલ પ્રતિ શૅર અને બજાર કિંમતનું વિભાજન બે સુધી પણ હોય તો તમે લઈ શકો છો. જેમ કે શૅર હમણાં જ ૩૦ ડી.એમ.એ., ૫૦ ડી.એમ.એ., ૧૫૦ ડી.એમ.એ., ૨૦૦ ડી.એમ.એ.થી ઉપર બંધ થયો હોય, પ્રોમોટર્સની હોલ્ડિંગ ઓછી ન થઈ રહી હોય, પ્રોમોટર્સે શૅર ગીરવે ન રાખ્યા હોય તથા મૂળ કિંમતના પણ ૨૦ ટકા ઓછા અથવા ૨૦ ટકા ઉપરની રેન્જમાં હોય. નેટ સેલ પર શૅર કરતા બજાર કિંમત તેનાથી વધુ ન હોય તો તમે આવા શૅરને ટ્રેડિંગ શૅર અથવા બ્રેકઆઉટ શૅર માની તેમાં બાકી ૧,૨૫૦-૧,૨૫૦નું રોકાણ કરી શકો છો. ભાઈઓ, આ પુસ્તક તમારા શ્રીમંત બનવાના તાળાની ચાવી છે. આથી તમને હાથ જોડીને નિવેદન છે કે જો અગાઉના પ્રકરણને યોગ્ય રીતે

વાંચ્યા નથી તો ફરી ધીમે-ધીમે વાંચતા આવો.

અગાઉના પાનામાં તમને જે એક કલાક મહેનત કરવાનું કહેવામાં આવ્યું છે, તેમાં તમારા નેટસેલ, મૂળ કિંમત, વાર્ષિક હાઈ-લો, બુલ્ક ડીલ, પ્રોમોટર્સ હોલ્ડિંગના આધારે જાતે આવા શૅર અલગ કરી ચાર શ્રેણીઓ-ફંડામેન્ટલ, પૈની, ટ્રેડિંગ, બ્રેકઆઉટમાં વિભાજિત કરવાના છે. શીખવા માટે મારા અગાઉના પુસ્તકો વાંચી શકો છો, જે હવે પ્રભાત પ્રકાશન, દિલ્હીથી હિન્દીમાં પણ ઉપલબ્ધ છે. તમે એમેઝોન અથવા પ્રભાત પ્રકાશનથી મંગાવી શકો છો. તમારા નજીકના રેલવે સ્ટેશન/બસ સ્ટેશન, બુક સ્ટોલ પર પણ મળી શકે છે.

તમે અગાઉના પુસ્તકો વાંચવા માંગતા નથી તો યુ-ટ્યૂબ પર મારી ચૅનલના તમામ વીડિયો જોઈ મફતમાં ડી.એમ.એ. ગણતરી, નેટસેલ ગણતરી, મૂળ કિંમતની ગણતરી શીખી શકો છો.

૫. ચોથા મહિને- એક ફંડામેન્ટલ શૅરમાં ૫૦ ટકા નફો લગભગ ૨,૪૦૦ રૂપિયા(૧૦૦ દલાલી અને કરવેરા બાદ કરવા પર) કમાણીની આવકના ૧૦ ટકા લગભગ ૨,૫૯૮ નવા ઉમેરી દીધા, હવે રોકડમાં ૧૧,૧૦૦+૨,૪૦૦+૨,૫૯૮=૧૬,૦૯૮ થઈ ગયા તો ૨,૫૦૦ વધુ એક પૈની શૅરમાં રોકાણ કરી દીધા, ૧,૨૫૦-૧,૨૫૦ના ૧-૧ ટ્રેડિંગ અને બ્રેકઆઉટ શૅર પણ લઈ લીધો. હવે પૉર્ટફોલિયોમાં આઠ શૅર થઈ ગયા છે. રોકડ ૧૧,૦૯૮ વધી છે.

૬. હવે હું આવી ગણતરી વધુ જણાવીશ તો તમે કંટાળી જશો. તમે સમજી ગયા હશો કે શરૂઆત કેવી રીતે કરાય છે. કેવી રીતે ૧૦ ટકા આવક દરમહિને ખાતામાં જમા કરો છો અને કેવી રીતે ધીમે-ધીમે હોલ્ડિંગ વધારો છો. આમ કરતાં કરતાં એક વર્ષ (૧૨ મહિના) પૂર્ણ થયા ત્યાં સુધી અબ્દુલના પૉર્ટફોલિયોમાં શૅર અને રોકડ વધતાં-વધતાં લગભગ ૭૦,૩૪૭નો પૉર્ટફોલિયો બની ગયો.

મહેરબાની કરીને મને એવા ઈમેલ ન મોકલવા કે હું સંપૂર્ણ ગણતરીની એક્સલ શીટ તમને મોકલાવું. આ ગણતરી કાલ્પનિક છે અને તમને સમજાવવા માટે બનાવી છે.

૭. એક વર્ષ બાદ જો તમે મારું પ્રથમ પુસ્તક ‘ધ વિનિંગ થ્યોરી ઈન સ્ટોક

માર્કેટ' વાંચ્યું છે તો તમને યાદ હશે કે દરેક શૅરમાં રોકાણ કરવાની રકમમાં દર વર્ષે ૭.૫ ટકા જેટલી રકમ ૧૦૦ રૂપિયાની આસપાસના પૂર્ણાંકમાં વધારવાની પણ છે. કેવી રીતે ?

જો તમને સમજાયું નથી તો ગભરાશો નહીં. હું ફરીથી સમજાવું છું. જે રીતે અબ્દુલની જેમ ૧૨ મહિના સુધી તમે ફંડામેન્ટલ શૅરમાં ૫,૦૦૦રૂપિયાનું રોકાણ કરો છો, પરંતુ એક વર્ષ પૂર્ણ થવાની સાથે સૌથી પહેલાં ઈશ્વરનો આભાર માનો, થોડી ઉજવણી કરો, મિત્રોને થોડી મીઠાઈ પણ ખવડાવો પછી ૫,૦૦૦નું ૭.૫ ટકા કાઢો જે ૩૭૫ આવશે. જે ૧૦૦ રૂપિયાના નજીક ૪૦૦ થાય છે. આથી એક વર્ષ પૂર્ણ થયા બાદ ફંડામેન્ટલ શૅરમાં પ્રતિશૅર ૫,૦૦૦ને બદલે ૫,૪૦૦ રૂપિયા રોકાણ કરવાનું છે. તે જ પ્રકારે પૈની શૅરમાં ૨,૫૦૦ના બદલે ૭.૫૮ ટકાના નજીકના ૧૦૦ રૂપિયામાં વધારો કરી ૨,૭૦૦ રૂપિયા રોકાણ કરવાનું છે અને ટ્રેડિંગ તથા બ્રેકઆઉટ શૅરમાં પણ ૧,૨૫૦ના ૭.૫ ટકા જે ૯૩.૭૫ થાય છે. ૧૦૦ રૂપિયાની નજીક ૧,૩૫૦-૧,૩૫૦ રોકાણ કરવાનું છે.

સમગ્ર બીજું વર્ષ આ પ્રક્રિયા ચાલી. જ્યારે પણ રોકડમાં ૫,૪૦૦ થતા ત્યારે અબ્દુલ ફંડામેન્ટલ શૅર લઈ લેતો, પછી ૨,૭૦૦ના પૈની શૅર, પછી ૧,૩૫૦-૧,૩૫૦ના ટ્રેડિંગ અને બ્રેકઆઉટ ખરીદતો રહ્યો. દર મહિને આવકની ૧૦ ટકા રકમ ૨,૬૧૦ તો ક્યારેક ૨,૮૧૭ ખાતામાં જોડતો રહેતો હતો તથા કોઈ પણ ફંડામેન્ટલ શૅર ૫૦ ટકા વધતો તો નફો મેળવી લઈ કુલ ૫,૪૦૦ રૂપિયાનો ફરી કોઈ ફંડામેન્ટલ શૅર ખરીદી લેતો હતો. તે નફાને રોકડમાં સામેલ કરી નંબર પ્રમાણે ફંડામેન્ટલ, પૈની, ટ્રેડિંગ, બ્રેકઆઉટ જે પ્રકારનો રોકાણનો નંબર હોય તે પ્રકારનું રોકાણ કરતો રહ્યો.

સમગ્ર વર્ષ દરમિયાન લગભગ ૨૭,૬૪૯ તો નવી રકમ જોડાઈ ગઈ. લગભગ ૩૩,૧૪૨નો શૅરમાં નફો મેળવ્યો તો બે વર્ષ પૂર્ણ થયા ત્યારે તેના કુલ પૉર્ટફોલિયોનું મૂલ્ય ૧,૩૧,૨૪૭ રૂપિયા હતું.

૮. ત્રીજા વર્ષે લૉટ સાઈઝ ફરી ૭.૫-૭.૫ ટકા વધારી દીધી, એટલે કે આ વર્ષે ફંડામેન્ટલ શૅરમાં પ્રતિ શૅર ૫,૮૦૦ રૂપિયા, પૈની શૅરમાં પ્રતિ શૅર ૨,૯૦૦ રૂપિયા, ટ્રેડિંગ અને બ્રેકઆઉટના પ્રતિ શૅરમાં ૧,૪૫૦-૧,૪૫૦નું રોકાણ કર્યું.

આવકની ૧૦ ટકા રકમ પણ તેમાં ઉમેરતો રહ્યો. આ વર્ષે કુલ ૩૧,૩૩૧ તો નવી રકમ ઉમેરાઈ, ૭૬,૧૪૫ શૅરમાં નફો મળ્યો હતો. ત્રણ વર્ષ બાદ પૉર્ટફોલિયોનું મૂલ્ય ૨,૪૭,૬૫૬ રૂપિયા થઈ ગયું.

૯. ચોથા વર્ષે લૉટ સાઇઝ ફરી ૭.૫ ટકા (૧૦૦ રૂપિયાના નજીકના પૂર્ણાંકમાં) વધારી દીધા. આ વર્ષે ફંડામેન્ટલ શૅરમાં ૬,૨૦૦, પૈની શૅરમાં ૩,૧૦૦ તથા બ્રેક આઉટ અને ટ્રેડિંગમાં ૧,૫૫૦-૧,૫૫૦નું રોકાણ કરવામાં આવ્યું. તેના ૧૦ ટકા રકમ જોડવા તેમજ અગાઉના શૅરમાં જણાવેલ અનુશાસનમાં નફો મેળવવા અને હોલ્ડિંગ વધારતાં રહેવાથી ભગવાનની કૃપાથી આ વર્ષે તેના પૉર્ટફોલિયોનું મૂલ્ય ૫,૦૦,૦૦૦થી ઉપર થઈ ગયું હતું.

અબ્દુલે જોરદાર ઉત્સવ મનાવ્યો. અજમેરવાળા ખ્વાજા સાહેબને ચાદર ચઢાવી. તેના શૅરની સફળતા, સિગારેટ છોડવાની ચર્ચા, સાદગી અને સત્યની સાથે રહેવાની ચર્ચા સાંભળી તેના લગ્ન એક ઊંચા કુળવાળી યુવતી સાથે થઈ ગયા.

આ પ્રકરણમાંથી શું શીખ્યા?

દરમહિને આવકની ૧૦ ટકા રકમ બચત કરી પોતાના શૅરબજારમાં વધારો કરવા માટે રોકાણ કરવાનું છે અને આ રકમ ૧૦ ટકાથી ના તો એક રૂપિયો ઓછો, ના એક રૂપિયો વધુ હોવો જોઈએ. તમે જોયું હશે, અબ્દુલની દર મહિને ૧૦ ટકા, જે રકમ કિસ્સામાં જણાવી હતી. તે ૨,૫૬૩, ૨,૫૯૮, ૨,૭૪૩ એવી રીતે છે, ના કે ઉચ્ચકમાં ૨,૦૦૦, ૩,૦૦૦, ૨,૬૦૦ એમ છે, કારણ કે ‘બેબિલોનનો સૌથી શ્રીમંત વ્યક્તિ‘ પુસ્તક મુજબ આજ નિયમપાલનથી કોઈ એવી ગૂઢ તાકાત સક્રિય થાય છે, જેનાથી આપણી આવક અને ધન પોતાની મેળે વધવા લાગે છે. તેનો અનુભવ મારા કૉમ્પ્યૂટર ઓપરેટર હરીશકુમાર પ્રજાપત (સાચું નામ) આ પુસ્તકને ટાઇપ કરતાં-કરતાં જ કરી ચૂક્યો છે. તે આવતીકાલનો અબ્દુલ બનનાર છે.

યોગેન્દ્ર (બદલેલું નામ) આ પુસ્તકની કથાનો વિલન છે. કારણ કે તેને એક વર્ષથી કહી રહ્યો છું કે તે પોતાની આવકની ૧૦ ટકા રકમ બચાવી શૅરમાં રોકે તો તે આ મામલે બહાનાં કરી રહ્યો છે. ક્યારેક કહે છે – ‘સાહેબ, ખર્ચા એટલા બધા છે, બાળકોની ફી ભરવી પડે છે. બચત કરી શકાતી જ નથી.’ ક્યારેક કહે છે, ‘કરિયાણાની દુકાનમાં મને ખ્યાલ જ નથી આવતો કે મારી

આવક કેટલી છે. તમને તો પગાર મળે છે, એટલે ખ્યાલ આવે છે કે તેના ૧૦ ટકા કેટલા થાય છે.'

મેં તેને સમજાવ્યો, 'ચાલો માની લઈએ કરિયાણાની દુકાનમાં તમારી વાસ્તવિક આવકનું અનુમાન થતું નથી પરંતુ ટર્ન-ઓવર તો નીકળે છે. સાંજે ગલ્લામાં પૈસા ગણો. માની લો રાત્રે ગલ્લામાં ૨,૪૪૭ની રકમ સામાન વેચવાથી આવી. દિવસે એક વેપારીને પણ ગલ્લામાંથી ૧,૧૪૭ રૂપિયા ચૂકવ્યા હતા. તો તમે સમગ્ર દિવસ દરમિયાન ૨,૪૪૭+૧,૧૪૭=૩,૫૯૪ રૂપિયાનો વકરો કર્યો (ટર્ન-ઓવર કર્યું). કાલ્પનિક રીતે માની લો, તેના પર ૧૦ ટકા નફો મેળવ્યો જ હશે. તમારો તે દિવસનો નફો લગભગ ૩૬૦ રૂપિયા અને તેના ૧૦ ટકા લગભગ ૩૬ રૂપિયા તમે કાઢીને અલગ રાખી શકો છો. અથવા ડાયરીમાં અલગ લખીને રાખી શકો છો.'

પરંતુ યોગેન્દ્ર કહે છે કે, 'સાહેબ, તેનાથી શું ફરક પડે છે ? હું ક્યારેક ક્યારેક ૧,૦૦૦ અથવા ૩,૦૦૦ પણ શૅરના ખાતામાં એક સાથે મૂકી દઉં છું.'

આ અનુશાસનહીનતાને કારણે અબ્દુલની જેમ યોગેન્દ્ર પર ધનની તે જાદુઈ શક્તિ સક્રિય થઈ શકતી નથી. યોગેન્દ્ર જાતે સંશોધન કર્યા વગર શૅર ખરીદે છે. ત્યાં સુધી કે તે મારી એપ પણ જોતો નથી, મારા બ્લોગ પણ વાંચતો નથી. કહે છે, 'સાહેબ, અંગ્રેજીમાં છે. અંગ્રેજી આવડતું નથી.' આમ તો યોગેન્દ્ર બી.કોમ. પાસ છે. પરંતુ ભારતના સુકાનીઓની એવી સારી શિક્ષણનીતિ છે કે બી.કોમ. પાસ વ્યક્તિ નિર્લજ્જ થઈને કહે છે કે અંગ્રેજી આવડતું નથી ! તો ભાઈ શીખી લો ! હું પણ પાછળથી શીખ્યો હતો. અંગ્રેજી શીખવું સરળ છે - ટેન્સ ગ્રામર ન શીખો, સીધું અંગ્રેજી વાંચવાનો અભ્યાસ કરો. રોજ એક પાનું કોઈ અંગ્રેજી વાર્તા, નવલકથા અથવા લેખ વાંચી લો. માત્ર છ મહિનામાં કામ થઈ જશે.

એક અંગ્રેજને હિન્દી શીખવું હતું. તે એક નિષ્ણાતને ભટકાઈ ગયો. નિષ્ણાતે તેને સંજ્ઞા, સર્વનામ, વિશેષણ ગોખવાનું શરૂ કરાવી દીધું. કહ્યું કે, ભાઈ, વ્યાકરણ શીખ્યા વિના હિન્દી આવડી શકે નહીં. પાંચ દિવસમાં જ અંગ્રેજે તો ના કહી દીધું - ના હિન્દી શીખવું નથી. મને આવા જ નિષ્ણાતો મળે છે, જે ટેન્સ, ગ્રામર શીખવાડવામાં પડ્યા રહે છે અને આપણે બી.કોમ. પાસ

હોવા છતાં પણ અંગ્રેજીમાં પોતાની જાતને અણસમજુ ગણાવીએ છીએ.

'તમારા મોબાઇલમાં 'હેલો ઇંગ્લિશ' એપ લઈ લો અને શરૂઆતથી શીખવાનું શરૂ કરી દો.'

યોગેન્દ્ર કહે છે, 'સાહેબ એટલો સમય નથી. ઘરની સમસ્યાઓ છે. પિતા આખો દિવસ ઝઘડો કરે છે. માતા બીમાર છે. મારા પુત્રને ટ્યૂશન ક્યાં મોકલું, આ પણ એક સમસ્યા છે, જેમાંથી સમય મળતો નથી.' તો યોગેન્દ્રને એક દિવસમાં ૨૪ કલાક જ મળે છે.

ભગવાને મને કદાચ એક દિવસમાં ૪૮ કલાક આપ્યા હશે !

જોકે, યોગેન્દ્ર અગરબત્તી શૅર લે છે. એટલે કે જ્યારે પણ હું તેમની દુકાને અગરબત્તીનું પૅકેટ લેવા જાઉ છું, ત્યારે પૂછે છે-

'સાહેબ, આંધ્રા બૅન્કમાં તો પ્રોફિટ બુક કરી લીધો.'

હું પૂછું છું, 'સારું કેટલો નફો, પૂરો ૨૦ ટકા કે ?'

તે કહે છે, 'ના સાહેબ, ૧૨ ટકામાં જ નીકળી ગયો હતો, કારણ કે હું ડરી ગયો હતો, ફરી નીચે જતો રહેશે. અગાઉ આંધ્ર બેંક ૧૬ ટકા ઉપર ગયો હતો. તમારા ૨૦ ટકાની લાલચમાં બેસી રહ્યો તો તે ફરી નીચે આવી ગયો હતો. જેમ-તેમ કરીને ફરી ઉપર આવ્યો તો ૧૨ ટકાએ જ નીકળી ગયો હતો. મારા માટે આટલું માર્જિન પૂરતું છે. દુકાનમાં તો આટલું પણ મળતું નથી.'

યોગેન્દ્ર અગરબત્તીનું પૅકેટ કાઢે છે. હાથમાં લે છે, પરંતુ મને આપ્યા વિના હાથ પાછો ખેંચીને પૂછે છે, 'સાહેબ, આંધ્રા બૅન્કના તો વેચી દીધા, હવે કોઈ નવો માલ લેવો છે. કયો શૅર ખરીદું ?'

હું કહું છું, 'ભાઈ, જાતે રિસર્ચ કરો.'

તે કહે છે, 'સાહેબ તમે જાણો છો, સમય નથી મળતો. આજે તો પૂજા કરી નથી, દુકાને આવી ગયો છું.' જો કે વ્હોટ્એપ પર તે ઑનલાઇન જોવા મળે છે. મોબાઇલ પણ લગભગ તેના કાને જ લાગેલો હોય છે.

હું કહું છું, 'તો ભાઈ મારી એપ વાંચી લો.'

તે કહે છે, 'સાહેબ, તમને કહ્યું તો છે કે અંગ્રેજી આવડતું નથી.'

હું તેના હાથમાં રહેલા અગરબત્તીના પૅકેટ સામે જોઈ કંઇક વિચારું છું.

તે સમયે મારા મોં માં જે આવે છે તે કહી દઉં છું – ‘કેન્ટાબિલ છૂટકમાં લઈ લો.’

‘ઓકે સાહેબ, આભાર ! ફરી આવજો સાહેબ. (‘પધારજો અહીં’ મારવાડીમાં ઉપયોગ થાય છે, જે જતી વખતે કહે છે. તો તેનો અર્થ છે - સન્માનપૂર્વક ફરી બોલાવવું), તમારી અગરબત્તીના ૨૨ રૂપિયા થયા.’

હું અગરબત્તી લઈ લઉં છું. તે કેન્ટાબિલ રિટેલની ટીપ લઈ લે છે. જ્યારે પણ મારી અગરબત્તી પૂર્ણ થશે, ત્યારે તે બીજો શૅર ખરીદશે તો તેને કહે છે - ‘અગરબત્તી શૅર’. તેને કહેવાય પુસ્તકનો વિલન !

જોકે મારી સલાહથી મને એક રૂપિયાનો ફાયદો પણ થાય છે. તે કહે છે, ‘સાહેબ બીજાને અગરબત્તી ૨૩માં આપીએ છીએ, તમને ૨૨માં આપી છે.’

‘ધન્ય છે મારા ભાઈ !’ હું કહું છું – ‘યોગેન્દ્ર, મને ૨૪ની આપવી જોઈતી હતી. કારણ કે હું તો પૈસાદાર છું. પેલી જે ઝૂંપડીમાં ગરીબ વિધવા છે, તેને ૨૨માં આપવાની હતી.’ તો તે કહેવા લાગે છે, ‘સાહેબ તમે પણ ! તમે જાણતા નથી તેમને, ગરીબ લોકો ઘણા બદમાશ હોય છે.’

હું હવે યોગેન્દ્રને શું સમજાવું કે ગરીબ લોકો બદમાશ હોય છે તેમ કહેવું કેટલા ખોટા વિચારનું પ્રતીક છે.

❑

ઈન્ટ્રાડે અને ફ્યુચર ફંડ ઑપ્શનમાં સફળ કેવી રીતે થવું ?

આગામી દિવસે રાવ સાહેબ અબ્દુલને લઈ મારા ઘરે આવી ગયા. તે દિવસે મારે રજા હતી. જો કે હું રજાના દિવસે શૅરબજારની ચર્ચા કરનાર લોકો સાથે સમય બરબાદ કરવા માગતો નથી.

તેનો મતલબ એ નથી કે હું શૅરબજારનું મારું જ્ઞાન તમારી સાથે વહેંચવા માગતો નથી, કે કોઈની મદદ કરવા માગતો નથી. પરંતુ તેનું કારણ એ છે કે છેલ્લા ૧૨ વર્ષના મારા અનુભવથી મેં એ જોયું છે કે, મોટાભાગના લોકો મેં આપેલા જ્ઞાનને શીખવા માગતા નથી. તેમના મગજની બારીઓ બંધ હોય છે. તેઓ તેને ખોલવા માગતા નથી. તેઓ કહે છે, 'અમારી પાસે સમય નથી. તમે ફ્રી છો, આથી અમે તમને અમારા પૈસા આપીએ છીએ, તમારે જે કરવું હોય તે કરતા રહેજો. તમારા પર વિશ્વાસ છે. તમે કમાઈને અમને આપતા રહેજો.'

મને ઘણો ગુસ્સો આવે અને ચીડ ચડે છે એ સાંભળીને કે અમારી પાસે સમય નથી, તમે ફ્રી છો અને તે મને પૈસા આપવા માટે તૈયાર છે. તો જ્યારે હું મારું પોતાનું અને મારી પત્નીના શૅરબજારનું ખાતું પણ મેન્ટેન કરી શકતો નથી તો તેમનું કેવી રીતે કરી શકીશ ? બીજું, હું સરકારી નોકરી પણ કરું છું, બ્લોગ પણ લખું છું, યુ-ટ્યૂબ ચૅનલ પણ ચલાવું છું. મારી પત્નીની મદદ પણ કરું છું. (પત્નીની મદદ તેના-સીમાની રસોઈ ચૅનલમાં વીડિયો અપલોડ કરવામાં, તેના ટ્રેડિંગ ખાતાને મેન્ટેન કરવામાં, તેના કરવેરાના હિસાબને મેન્ટેન કરવામાં) પછી હું ફ્રી અને મારા મિત્રો વ્યસ્ત કેવી રીતે થયા ? તેનું કારણ હું તમને જણાવી દઉં છું. તમે ક્યાં વ્યસ્ત રહો છો.

૧. મિત્રો સાથે મોબાઈલ પર લાંબી વાતો કરવામાં, જેમાં મોટાભાગની વાતો નકામી અને લાંબી હોય છે. મોબાઈલ કંપનીઓના સસ્તા અને ફ્રી પ્લાનના કારણે કેટલાક મૂર્ખ લોકો પોતાનો મોટાભાગનો સમય વાતોમાં બરબાદ કરી રહ્યા છે. વધુ બોલવાથી તમારી શારીરિક અને માનસિક શક્તિનો દુર્વ્યય થાય છે. મૌનથી મનની શક્તિ વધે છે.

૨. મોબાઈલ પર વારંવાર ફેસબુક, વોટ્સએપ, ટ્વિટર, યુ-ટ્યૂબ, ઈમેલ જોવાની આદતમાં તમારો સમય બરબાદ થઈ રહ્યો છે. આ સમયને તમે શૅરબજાર શીખવા અને ટ્રેડ કરવામાં, પોતાની આવકનો હિસાબ રાખવામાં ઉપયોગ કરી શકો છો.

૩. ક્યારેય તમે વિચાર્યું છે કે બીએમડબ્લયૂ, ફરારી વગેરે મોંઘી કારોની ટીવી પર જાહેરાત કેમ નથી આવતી ? એટલા માટે નથી આવતી કે તે કંપનીઓ જાણે છે કે તેમના ગ્રાહક મોટા-મોટા ઉદ્યોગપતિ છે. તેમની પાસે એટલો સમય નથી કે તે ટીવી પર પ્રોગ્રામ જોઈ પોતાનો સમય બરબાદ કરે. તો જરૂરથી વધુ સમય ટીવી જોવું પણ સમય બદબાદ કરી નાખે છે.

૪. બીજાના કામમાં દખલ કરવી, બીજાની નિંદા કરવી, બીજાની નિંદા, ટીકા-ટિપ્પણી વગેરે તમારા સમયના ચોર છે. તે ભગવાને આપેલો ઑટોમેટિક દંડ છે. તમે જેટલો બીજાની નિંદા, ટીકા-ટિપ્પણી અને ખોદણીમાં રસ લેશો, તેટલો તમારો સમય બરબાદ થશે અને તમારો વિકાસ કરી શકશો નહીં. ભલે તમે આ ટીકા સાથી કર્મચારીની કરો, નેતાઓની કરો, પોતાના સંબંધીઓની કરો, પોતાના પરિવારની કરો, વાતાવરણની કરો, ફિલ્મી પાત્રોની કરો, ધારાવાહિકોના કલાકારોની કરો, કોઈની પણ કરો, એક જ પરિણામ આવશે - તમારો સમય બગડશે. તમે વિકાસ નહીં કરી શકો. તમારું મન ખરાબ થશે. તમને બધું જ ખરાબ દેખાશે.

તમને ચીડિયાપણું થવા લાગશે, ચીડ થશે અને તમે કહેશો – 'મારી પાસે સમય નથી, હું ઘણો વ્યસ્ત છું. બાકી બધા નવરા બેઠા છે.'

હવે હું વિષય પર પરત આવું છું. કેમ કે અબ્દુલ મારા જ્ઞાનને સારી રીતે પચાવી રહ્યો હતો, છેવટે એવા વ્યક્તિ માટે તો હું એક રજા શું, હજાર રજાઓને ન્યોછાવર કરી શકું છું અને રાવ સાહેબને બચાવવા માટે પણ રજા ન્યોછાવર કરવી જરૂરી હતી.

મને જ્ઞાન ચર્ચામાં ભાગ લેવા માટે યોગેન્દ્રને પણ બોલાવવો યોગ્ય જણાયું. તેને ફોન કર્યો તો તેણે કહ્યું, 'જય મહાદેવ સાહેબ! (આ તેની નમસ્કાર કરવાની રીત છે.) અરે સાહેબ ઘરાકી છે, કેવી રીતે આવું, અને શું શીખવું છે ? બધું આવડે તો છે. હું તો પછી જ્યારે તમે અગરબત્તી લેવા આવશો ત્યારે શીખી લઈશ. તમે સાહેબ એકવાર દુકાન પર જરૂર આવજો. તમારા માટે ગૂગળની એક નવી અગરબત્તી આવી છે. ખાસ અમદાવાદની પ્રસિદ્ધ અગરબત્તી છે.' મેં કહ્યું, 'ઠીક છે, કોઈ વાંધો નહીં.' મેં રાવ સાહેબ અને અબ્દુલને પૂછ્યું કે તેમણે ક્યારેય ઈન્ટ્રાડે ટ્રેડ કર્યું છે ? બંનેનો જવાબ ના હતો. અબ્દુલે કહ્યું, 'સાહેબ, તમે જ ઈન્ટ્રાડે અને ફ્યૂચર ઑપ્શન માટે ના કહો છો.'

મેં જવાબ આપ્યો, 'જુઓ, સારો તરવૈયો બનવા માટે ત્રણ જરૂરી શરતો હોય છે.

૧. તરવૈયાને તરવાની જાણકારી હોવી જોઈએ.

૨. તરવૈયાનું વજન એક નિશ્ચિત સીમા સુધી હોવું જોઈએ. વધારે વજનવાળો તરવૈયો તમે ક્યારેય જોયો નહીં હોય.

૩. તેને તરવાનો પૂરતો અભ્યાસ હોવો જોઈએ.

નહીં તો તરવૈયો ડૂબી જાય છે. તે પ્રમાણે ઈન્ટ્રાડે અને ફ્યુચર ઍન્ડ ઑપ્શનમાં ટ્રેડ શરૂ કરવા માટે જરૂરી શરતો છે. નહીં તો તમે આ મહાસાગરમાં ડૂબી શકો છો જે રીતે રાવ સાહેબ ડૂબી ગયા છે.

૧. તમને ઈન્ટ્રાડે, ફ્યુચર ઍન્ડ ઑપ્શન, શૅરબજારની તમામ રીતો - ટેકનિકલ એનાલિસિસ, ફંડામેન્ટલ એનાલિસિસની જરૂરી જાણકારી હોવી જોઈએ.

૨. તમારી શૅરબજારમાં રોકાણની લઘુતમ કેપિટલ ઈન્ટ્રાડે માટે બે લાખ રૂપિયા, ઑપ્શન ટ્રેડિંગ માટે ત્રણ લાખ રૂપિયા અને ફ્યુચર ટ્રેડિંગ માટે આઠ લાખ રૂપિયાથી ઓછી ન હોવી જોઈએ તથા આ મૂડી

ઉધારમાં લીધેલી મૂડી ન હોવી જોઈએ. એવી મૂડી ન હોવી જોઈએ કે જેની ટૂંકા સમયગાળામાં તમને જરૂર પડે, તમારી બચત પણ ન હોવી જોઈએ, જે લગ્નપ્રસંગ માટેની હોય, મકાન બનાવવા માટે હોય તે મૂડી ન હોવી જોઈએ. આ મૂડી તમારા વેપારમાં લગાવવાની ઉપયોગી મૂડી હોવી જોઈએ જે તમારી બચત અને રોજના ખર્ચા સિવાય તમે અલગથી રાખી હોય. (જે વાચકો આ મુદ્દાને સમજ્યા નથી તેનો મતલબ છે, તેઓ આ પુસ્તકને શરૂઆતથી વાંચી રહ્યા નથી. તે તેના પાનાને છોડીને વાંચી રહ્યા છે. તેઓ પ્રકરણ ૩-૪ ફરીથી વાંચે તેમને સમજાઈ જશે કે કાર્યશીલ મૂડી કેવી રીતે તમારી બચતથી અલગ છે.)

અબ્દુલનો પૉર્ટફોલિયો હવે પાંચ લાખ રૂપિયાથી વધી ગયો છે. હવે તે ઇચ્છે તો ઇન્ટ્રાડે અને ઑપ્શન ટ્રેડિંગ બંને શરૂ કરી શકે છે પરંતુ ફ્યુચર ટ્રેડિંગ માટે હજુ તેને ઉપયોગી મૂડીના આઠ લાખ રૂપિયાથી વધુ થવાની રાહ જોવી જોઈએ.

(આ પુસ્તક વર્ષ ૨૦૧૭માં લખાયું છે, આથી તમે જો આ પુસ્તકને ૨૦૧૭થી આગળના વર્ષમાં વાંચી રહ્યા છો તો પાછળનાં વર્ષોમાં વધેલી નાણાંની વૃદ્ધિના દર મુજબ આ લઘતમ રકમને સરખાવી જુઓ. તમે ઇચ્છો તો નિફ્ટીને સ્ટાન્ડર્ડ માનીને પણ આ લઘુતમ રકમને ઓછી-વધુ કરી શકો છો. વર્ષ ૨૦૧૭માં મેં જ્યારે આ પુસ્તક લખ્યું ત્યારે નિફ્ટી ૧૦,૦૦૦ની આસપાસ હતો. તેવી સ્થિતિમાં મેં લઘુતમ રોકડની જરૂરિયાત ઇન્ટ્રાડે માટે બે લાખ, ઑપ્શન ટ્રેડિંગ માટે ત્રણ લાખ, ફ્યુચર માટે આઠ લાખ જણાવી છે. હવે માની લો તમે જ્યારે પુસ્તક વાંચી રહ્યા છો તે સમયે નિફ્ટી ૧૨,૦૦૦ની આસપાસ હોય તો આ રકમ ૨૦ ટકા વધારીને વાંચો અને ૮,૦૦૦ની આસપાસ હોય તો આ રકમ ૨૦ ટકા ઘટાડીને વાંચો.)

હવે તમારે મારા ઇન્ટ્રાડે અને ફ્યુચર ઍન્ડ ઑપ્શન ટ્રેડિંગનો શૅર જિનિયસ નુસખો સમજવો પડશે. આ નુસખાને સમજાવનાર મારા બે યુ-ટ્યૂબ વીડિયો પણ છે. આ પુસ્તકને ટાઇપ કરતાં-કરતાં મારા કૉમ્પ્યૂટર ઓપરેટરે મને કહ્યું — 'આ પુસ્તકમાં લાગે છે કે તમે તમારા અગાઉના ત્રણ પુસ્તકો, યૂ-ટ્યૂબ ચૅનલ અને એપની જાહેરાત થોડી વધારે પડતી કરી રહ્યા છો. આથી હું આ

વખતે એવું નહીં કહું કે તમે મારી યુ-ટ્યૂબ ચેનલ પર જઈ તે અંગે શીખી શકો છો. હું તમને વિગતવાર સમજાવીશ.

ખરું જોતાં જ્યારે આપણે ઇન્ટ્રાડે ટ્રેડિંગ કરીએ છીએ, ઑપ્શન ટ્રેડિંગ કરીએ છીએ અથવા ફ્યુચર ટ્રેડિંગ કરીએ છીએ તો આ ત્રણેય બાબતોમાં આપણે લીવરેજની શક્તિનો ઉપયોગ કરીએ છીએ.

લીવરેજનો મતલબ છે - ઉધાર લઈને કામ કરવું અથવા પોતાની ક્ષમતા કરતાં વધુ કામ કરવું. લીવરેજની શક્તિ વીજળી જેવી શક્તિશાળી હોય છે. તે તમને ઝડપથી શ્રીમંત પણ બનાવી શકે છે અને ઝડપથી રોડ પર પણ લાવી શકે છે.

જેમ કે વીજળીનો પ્રયોગ, વીજળીના નિયમ જાણી એન્જિનિયરિંગથી બનાવેલાં વીજળીનાં સાધનો, વીજળીના તાર, પાવરહાઉસના માધ્યમથી કરીએ છીએ તો આ વિદ્યુતની શક્તિ આપણા માટે ઘણી ઉપયોગી સાબિત થાય છે અને આ આપણા જીવનનાં તમામ કામને નવાઈ પમાડે તેવી રીતે કરે છે. તમે પાંચ મિનિટ માટે વિચારો કે વીજળી આપણા માટે કેટલી ઉપયોગી થાય છે. જ્યારે આપણે તેનો નિયમો દ્વારા અને નિયમિત રીતે તેનો ઉપયોગ કરીએ છીએ. પરંતુ ત્યારે શું થશે જ્યારે આપણે વીજળીના ખુલ્લા તારને સીધા પકડીને ફાયદો મેળવવાનો પ્રયાસ કરીશું ? તો આ શક્તિ આપણને બાળીને રાખ કરી નાખશે.

બરાબર આ જ રીતે ઇન્ટ્રાડે, એફ. ઍન્ડ ઓ.માં પ્રયોગ કરવામાં આવનાર માર્જિનની શક્તિ, જે એક પ્રકારનું ઉધાર અથવા લિવરેજ જ છે, જેના અંગે તમે સમજી શકો છો. તેનો પ્રયોગ જો તમે નિયમોની અંદર રહીને કરો છો તો આ શક્તિ છે અને અનુશાસન વિના સીધા, સમજ્યા-વિચાર્યા વગર કરો છો તો તે આગ સાથે રમવા જેવું છે, જે તમને બરબાદ કરી નાખશે.

હું હંમેશાં કહું છું, ‘ફ્યૂચર ઍન્ડ ઑપ્શન તેમજ ઇન્ટ્રાડે નાના રોકાણકારો માટે નથી. આ એક પ્રકારનો સટ્ટો પણ છે, જેની આદત તમને બરબાદ કરી શકે છે. મેં ક્યારેય નાના રોકાણકારોને તેની મદદથી શ્રીમંત બનતા જોયા નથી.’

તો હું આજે આ પુસ્તકમાં મારી જણાવેલ શિખામણોને કેમ બદલી રહ્યો

છું ? ના, જરાય બદલી રહ્યો નથી. હું આજે પણ મારી શિખામણ પર અડગ છું. પરંતુ તમે તેને ખોટું સમજી રહ્યા છો. તમે આ પુસ્તકને શરૂઆતથી વાંચ્યું છે અને તમે અબ્દુલની જેમ કરતાં-કરતાં બે લાખની સ્થિતિમાં પહોંચો છો તો તેનો મતલબ છે - તમારા આ બે લાખ તમારી આવકના ૧૦ ટકા રકમથી જમા કર્યા છે. મતલબ તમે ૨૦ લાખની કમાણી કરી ચૂક્યા છો. તમારી પાસે આ બે લાખ રૂપિયા તમારા ઘર ખર્ચ તેમજ લગ્ન-પ્રસંગના ખર્ચ માટે, બાળકોના ઉચ્ચ શિક્ષણ માટે કરવામાં આવેલી બચત બાદ વધારાની મૂડી છે અને આ સ્તર સુધી તમે રોકડમાં શૅર ખરીદવા/વેચવા માટે સંપૂર્ણરીતે કુશળ થઈ ગયા છો અને આ સ્તરે પહોંચ્યા પછી પણ તમારે રોકડમાં શૅર ખરીદવા/વેચવાનું કામ બંધ કરવાનું નથી.

તો હવે તમે નાના રોકાણકાર નથી. હવે તમે મોટા રોકાણકાર બની ગયા છો. તમારી પાસે (અબ્દુલ પાસે) હવે શેરબજારના ઉતાર-ચઢાવનો પૂરતો અનુભવ છે. તે શૅરને બી.એસ.ઈ.ની સાઈટ પર જોતાં જ તેની ચાલ ઓળખી શકે છે. હવે તેને કોઈની પાસેથી સલાહ લેવાની જરૂર નથી. (શ્રીમંત લોકો સલાહ લેતા નથી, આપે છે.) હવે અબ્દુલ એ સ્તરે પહોંચી ગયો છે કે તે બીજાને સલાહ આપે છે. તો હવે અબ્દુલે શું કરવાનું છે ? તેને કૅશ માર્કેટમાં પોતાના રોકાણ કરવાની પદ્ધતિને દર વર્ષે ૭.૫ ટકા (૧૦૦ રૂપિયાની નજીક) વધારીને રોકાણને વધારવાનું ચાલુ રાખવાનું છે.

તેની પાસે અત્યારના સમયે જે શૅર હોલ્ડ છે. તેમાંથી માત્ર બે લાખ રૂપિયાના શૅર વેચી રોકડ અલગ કરવાની છે. બાકીના શૅર અને આવકની ૧૦ ટકા રકમ, જે તે દરમહિને જમા કરી રહ્યો છે, અગાઉની જેમ કૅશ માર્કેટમાં વેચવાનું-ખરીદવાનું ચાલુ રાખવાનું છે. તેમાં નાના રોકાણકારો જે ભૂલો કરે છે, તે એ પણ છે કે તે ઇન્ટ્રાડે અને ફ્યુચર ઍન્ડ ઑપ્શનમાં વેપાર શરૂ કર્યા બાદ કૅશનો વેપાર સદંતર બંધ કરી દે છે, કારણ કે તે ઉધારનો ફાયદો લેવા માટે લોભી બની જાય છે.

બીજું, તે એ પણ ભૂલ કરી શકે છે કે તેઓ આ પુસ્તક વાંચતાં જ પોતાના પૉર્ટફોલિયોના સારા શૅર ઉતાવળે વેચી બે લાખ રૂપિયા જમા કરી શકે છે. આ પણ ખોટું છે. આટલી શું ઉતાવળ છે ? તમે પ્રોફિટ બુક તમારી ઝડપથી જ કરો. બસ, પ્રોફિટ બુક કરવાથી મળનાર રકમને એકવાર નવા શૅરોમાં લગાવ્યા

વિના બે લાખ રૂપિયા જમા થાય ત્યાં સુધી સેવિંગમાં જ રાખો.

ત્રીજી ભૂલ. કેટલાક વાચક વધુ ચાલાક બની શકે છે. તે વિચારશે કે મને કદાચ એ ખ્યાલ જ નથી કે આપણે પોતાના પૉર્ટફોલિયોના શૅરને ગીરવે રાખી પોતાની બ્રોકરેજ કંપની પાસેથી ઇન્ટ્રાડે અને એફ. ઍન્ડ ઓ.માં ટ્રેડ કરવા માટે માર્જિન મની લઈ શકીએ છીએ. આવું કરવા માટે આપણે પોતાના શૅર વેચવાની જરૂર પણ નથી.

તેમાં એવું થાય છે કે બ્રોકરેજ કંપની અથવા તમારું ડી-મેટ ખાતું ખોલનાર બૅન્ક તમારા શૅર ગીરવે મૂકી તમારા ખાતામાં ૮૦ ટકા સુધીની રકમ માર્જિન આપી દે છે. તેને તેમની ભાષામાં 'હૅરકટ' કહે છે - અલગ-અલગ શૅરની અસ્થિરતાના આધારે હૅરકટ અલગ-અલગ હોઈ શકે છે. અહીં લગભગ ૨૦ ટકા હૅરકટ માનવામાં આવ્યું છે અને ૮૦ ટકા તમને માર્જિનમાં મળી જશે, તેવું માનવામાં આવ્યું છે.

તેનો મતલબ છે કે તમે પોતાના પૉર્ટફોલિયોના ત્રણ લાખના શૅર ગીરવે રાખો છો તો બૅન્ક તમને લગભગ ૨.૪૦ લાખ માર્જિન મની આપી દેશે. તો પછી શૅર વેચવાની શું જરૂર છે ?

હું ફરી જણાવવા માગીશ કે તમે અગાઉનાં પ્રકરણોમાં જેવું વાંચ્યું છે, તેમ-તેમ યોગ્ય નફો મેળવ્યા બાદ જે શૅર વેચો છો, તેનાથી મેળવેલી રકમમાંથી જ તમારે આ બે લાખની માર્જિન મની ડે ટ્રેડિંગ માટે અલગ કરવાની છે. શૅર ગીરવે રાખીને ક્યારેય કરવાની નથી.

તેનું કારણ એ છે કે શૅર ગીરવે રાખતી વખતે અને છોડાવતી વખતે તમારો દલાલ ઘણી મોટી રકમ સ્ટેમ્પ ડ્યૂટી અને પ્રોસેસિંગ ફી તરીકે વસૂલી લેશે. બીજું કારણ એ છે કે જ્યારે બજાર ઘણી ઝડપથી તૂટશે (બજાર જ્યારે તૂટવા માંડે છે ત્યારે ઘણી ઝડપથી તૂટી જાય છે) ત્યારે બૅન્ક હૅરકટની રકમ વધારી દેશે. કારણ કે તૂટી રહેલા બજારમાં જ્યારે તમારા શૅરના ભાવ ૫-૬ ટકા તૂટી રહ્યા હોય ત્યારે બૅન્ક-૧૫-૨૦ ટકા હૅરકટ વધારી ૩૫-૪૦ ટકા કરી નાખશે. એટલે કે હવે તમને ત્રણ લાખ રૂપિયાના શૅર ગીરવે રાખવાથી બૅન્ક તેને ૬૦ ટકા, એટલે કે ૧,૮૦,૦૦૦ જ માર્જિન મની આપશે.

બીજી ઘટના એ હશે કે જ્યારે બજાર નીચે જશે તો શૅર, જે તમે બૅન્કમાં

ગીરવે રાખ્યા હતા, તે સમયે નીચે જવાથી તેનું મૂલ્ય ત્રણ લાખ હતું પરંતુ બજાર નીચે જવાથી તેનું મૂલ્ય પણ ઘટીને ૨.૫૦ લાખની નજીક થઈ શકે છે. ત્યારે બૅન્ક જો ૪૦ ટકા હૅરકટ લગાવે તો તમારી માર્જિન મની હવે ૧.૫૦ લાખ જ રહી જશે.

ત્રીજી ઘટના એ હશે કે અચાનક બજાર નીચે જવાથી તમારી ઈન્ટ્રાડે હોલ્ડિંગમાં પણ તમને નુકસાન થશે, જેનાથી જ્યારે તમારું નુકસાન તમારા માર્જિન ૧,૫૦,૦૦૦થી જેવો વધુ નીચે થવા લાગશે, બૅન્ક તમારા ગીરવે રાખેલા શૅર વેચી આ નુકસાન બુક કરી લેશે. જેમ કે રાવ સાહેબની બાબતમાં સિસ્ટમે તેની જાતે નુકસાન બુક કરી લીધું હતું. હવે તમારી પાસે ના તો તમારા શૅર રહેશે, ના તમારી લિવરેજ હોલ્ડિંગ રહેશે. રહેશે તો માત્ર પસ્તાવો. આથી શૅર ગીરવે રાખી માર્જિન લેવું ત્રીજી ભૂલ છે.

આ પુસ્તકમાં જણાવેલી રીત પ્રમાણે શૅરમાં રોકાણ કરતાં-કરતાં જ્યારે પણ તમારો પૉર્ટફોલિયો પાંચ લાખના મૂલ્યને પાર કરી લે, જેવું અબ્દુલની સાથે થયું છે, ત્યારે તમે ધીરે-ધીરે જેવું બે લાખ રૂપિયા રોકડ જમા કરી લો તો સમજો કે યોગ્યતા મેળવી લીધી છે.

હવે હું તમને મારા 'શૅર જિનિયસ ફૉર્મ્યુલા'ની જાણકારી આપીશ.

દરરોજ રાત્રે જ્યારે તમે ભોજન કરી લો, લગભગ ૮-૯ વાગ્યા પછી શાંતિથી પોતાનું કમ્પ્યુટર ચાલુ કરો, તેમાં ગૂગલ ખોલી અને સર્ચ કરો - 'મની કંટ્રોલ પૉઝિટિવ બ્રેકઆઉટ'. હવે મની કંટ્રોલની વેબસાઈટ પર એક પેજ ખૂલશે, જેમાં એવા શૅર જણાવ્યા હશે જે તે દિવસે તેની ૩૦ ડી.એમ.એ., ૫૦ ડી.એમ.એ., ૧૫૦ ડી.એમ.એ., ૨૦૦ ડી.એમ.એ.થી ઉપર બંધ થયા હશે.

અહીં એ ધ્યાન રાખો કે શૅર તેની ચારેય ડી.એમ.એ. (૩૦, ૫૦, ૧૫૦, ૨૦૦)થી ઉપર બંધ થયો હોવો જોઈએ ત્યારે તમારે આવા શૅર ડાયરીમાં લખી લેવાના હોય છે.

આવા લગભગ ૭-૮ શૅર હોઈ શકે છે.

હવે તમારે બી.એસ.ઈ. ઈન્ડિયાની સાઇટ પર આ શૅરનું તે દિવસનું ટ્રેડિંગનું વર્ણન સર્ચ કરવાનું છે અને તે દિવસે આ શૅરના ઓપન પ્રાઇઝને

ક્લોઝ પ્રાઈઝમાંથી બાદ કરી જોવાનું છે. આ આંકડો સકારાત્મક આવવો જોઈએ. જેમ કે શૅરનો ખૂલવાનો ભાવ ૩૩.૧૦ રૂપિયા અને બંધ થવાનો ભાવ ૩૩.૪૦ રૂપિયા છે તો ૩૩.૪૦ - ૩૩.૧૦ = ૦.૩૦ સકારાત્મક આવે છે. જો કોઈ શૅરમાં આ આંકડો નકારાત્મક આવે તો તેને તે યાદીમાંથી દૂર કરી દેવાનો છે, જેમ કે ખૂલવાનો ભાવ ૩૩.૧૦ અને બંધ થવાનો ભાવ ૩૨.૯૦ હોય તો ૩૨.૯૦ - ૩૩.૧૦ = -૦.૨૦, જે નકારાત્મક હોવાને કારણે યાદીમાંથી દૂર કરી દેવાનો છે. આ તપાસ કર્યા બાદ તમે જે ૬-૭ એવા શૅર અલગ કર્યા છે, જે તેની ૩૦, ૫૦, ૧૫૦, ૨૦૦ દિવસની મૂવિંગ એવરેજથી ઉપર બંધ થયા છે, તેમાંથી ૨-૩ શૅર બહાર થઈ જશે. હવે તમારી પાસે ૪-૫ શૅર વધશે.

આ યાદી પર લખવાનું છે - 'શૅર, જે આવતીકાલે વધવાની શક્યતા છે.'

હવે વધુ એક યાદી તૈયાર કરવાની છે જેને નામ આપશો- 'શૅર જેમની આવતીકાલે ઘટવાની શક્યતા છે.'

આ માટે જે તમે મની કંટ્રોલમાં પૉઝિટિવ બ્રેકઆઉટવાળું પેજ ગૂગલમાં સર્ચ કરી ખોલ્યું હતું, તેના પર ધ્યાનથી જોશો તો લખેલું મળશે - 'નૅગેટિવ બ્રેકઆઉટ'. તમે તેના પર ક્લીક કરો, તેવા શૅરની યાદી આવશે જે તે દિવસે તેની ૩૦, ૫૦, ૧૫૦ અથવા ૨૦૦ ડી. એમ. એ.થી નીચે બંધ થયા હશે. આ યાદીમાંથી એવા શૅર અલગ કરો જેમને બંધ થવાના ભાવમાંથી ખૂલવાનો ભાવ બાદ કરો છો તો આ આંકડો નકારાત્મક આવવો જોઈએ, જેમ કે શૅર ૪૪.૧૦ પર ખૂલ્યો અને ૪૨.૩૦ પર બંધ થયો તો ૪૨.૩૦ - ૪૪.૧૦ = (-)૧.૮૦ નકારાત્મક આવે છે. આ યાદીમાં પણ બે, કે ત્રણ કે ચાર જેટલા પણ શૅર આવે લખી લો.

હવે તમે ઈશાની નમાઝ પઢી સૂવા જતા રહો. (ચોંકશો નહીં, આ અબ્દુલને સંબોધિત કરી રહ્યો છું. આથી મેં તેને ઇશાની નમાઝ પઢીને સૂઈ જવા કહ્યું. તમે ભલે કોઈ પણ ધર્મને માનતા હો, સૂતાં પહેલાં પરમાત્માનો આભાર વ્યક્ત કરવો. તમારું જીવન બદલી શકે છે. અહીં કોઈ જાહેરાત કરી રહ્યો નથી પરંતુ આ વિષયમાં વધુ જાણકારી માટે તમારે 'જાદુ' પુસ્તકનું અધ્યયન કરવું જોઈએ.

હું આ પુસ્તકના અંતમાં એ તમામ પુસ્તકોની યાદી આપી દઈશ, જેનો આ પુસ્તકમાં ઉલ્લેખ કરાયો છે.) બીજા દિવસે શૅરબજાર ૯.૧૫ કલાકે ખૂલશે, તમે શાંતિ રાખો. ૧૦ વાગ્યા સુધી કંઈ ન કરો. ૧૦ વાગ્યે તમારી બંને યાદીને હાથમાં લો જે તમે રાત્રે જ તૈયાર કરીને સૂઈ ગયા હતા.

આગામી દિવસે બજાર ખૂલ્યા બાદ બી. એસ. ઈ. ઇન્ડિયાની વેબસાઇટ ખોલો. તમારી બંને યાદીમાં જે શૅર છે, તેના ૧૦ વાગ્યા સુધીના આંકડા તપાસો. પહેલાં એ યાદી ઉઠાવો જેના પર લખ્યું હતું – 'શૅર જેમની વધવાની શક્યતા છે.' જેમાં તમે ૪-૫ શૅરને રાત્રે અલગ કર્યા હતા. તેમની પાછલી ક્લોઝ પ્રાઇઝ (ગઈ કાલનો બંધ ભાવ)ને આજના ખૂલવાના ભાવથી ઓછું કરીને જુઓ. જો સકારાત્મક આંકડો આવતો હોય, એટલે કે સ્ટૉક આજે પણ ઉપર જ ખૂલ્યો હોય તો તમે તેને ઇન્ટ્રાડેમાં લગભગ બે ટકાના લક્ષ્યાંક રાખીને ખરીદો. અહીંયાં ૧૦ વાગ્યા સુધી સ્ટૉકે જે પણ લો બનાવ્યું હોય, તેને પણ એક તરફ લખી લો. તેને તમારે સ્ટૉપ લૉસ તરીકે ઉપયોગ કરવાનો છે.

ઉદાહરણ તરીકે તમે સોમવારની રાત્રે જુઓ છો કે એચ. સી. એલ. ટેકનો શૅર સોમવારે ૮૪૫.૩૦ પર ખૂલીને ૮૬૦.૪૨ પર બંધ થયો હતો અને તેની ૩૦ ડી. એમ. એ. ૮૫૦.૧૦ હતી. આથી આ બ્રેકઆઉટની શ્રેણીમાં પણ આવી રહ્યો હતો તો તમે તેને આગામી દિવસે ખરીદવાની યાદીમાં રાખી દીધો હતો. હવે આગામી દિવસે ૧૦ વાગ્યે જુઓ છો કે એચ. સી. એલ. ટેક ૮૬૨.૬૦ પર ખૂલ્યો હતો અને ૮૫૭.૪૦ સુધી લો બનાવ્યું તથા અત્યારે (૧૦ વાગ્યાની આસપાસ) ૮૬૬.૧૩ પર ટ્રેડ કરી રહ્યો છે તો આજનો ખૂલવાનો ભાવ ૮૬૨.૬૦માંથી ગઈ કાલનો બંધ થવાનો ભાવ ૮૬૦.૪૨ને બાદ કરીએ તો ૨.૧૮ મળે છે. જે નકારાત્મક નથી. આથી સ્ટૉકે ત્રણ શરતો પૂર્ણ કરી છે---

૧. ૩૦ દિવસની મૂવિંગ એવરેજથી ઉપર બંધ થયો હતો.

૨. જે દિવસે ૩૦ દિવસની મૂવિંગ એવરેજથી ઉપર બંધ થયો, તે દિવસે પોતાના ખૂલવાના ભાવથી ઉપર બંધ થયો હતો.

૩. અગાઉના દિવસે પણ ઉપરના ભાવે જ ખૂલ્યો છે.

આથી તમે ૮૬૬.૧૩ની આસપાસ ઇન્ટ્રાડે પોઝિશન લો છો. માની લો,

તમારો દલાલ તમને ૨૦ ટકાના માર્જિન પર પોઝિશન લેવા દે છે તો તમને ૨૦,૦૦૦ની માર્જિન મની પર લગભગ ૧,૦૦,૦૦૦ રૂપિયા એચ. સી. એલ. ટેકના શૅર ખરીદવાની સુવિધા મળી જાય છે. એટલે કે તમે ૮૬૬.૧૩ના ભાવે ૧૧૫ એચ. સી. એલ. ટેકની પોઝિશન માત્ર ૨૦,૦૦૦ માર્જિન મની લગાવી લઈ શકો છો.

હવે તમારે લગભગ બે ટકાનો લક્ષ્યાંક લઈને ચાલવાનું છે, એટલે કે ૮૮૩.૪૬નો લગભગ ભાવ આગામી ૧-૨ કલાકમાં મળી જાય તો તમારી પોઝિશનને કવર કરી લેવાની છે, એટલે કે તમે ૧,૦૦,૦૦૦ની બે ટકા રકમ ૨,૦૦૦ રૂપિયા આ ટ્રેડમાં કમાણી કરી લેશો. તેમાં ૧૦૦ રૂપિયા દલાલી બાદ કરી દેશો તો પણ તમને ૧,૯૦૦ રૂપિયાનો ફાયદો થશે. આ એક આદર્શ સ્થિતિ છે. ૧૨ વાગ્યા સુધી પણ તમારો બે ટકાનો આદર્શ ટાર્ગેટ મળતો નથી અને તમારો ટ્રેડ ફાયદામાં છે, એટલે કે દલાલી બાદ કરી તમને ૨,૦૦૦ રૂપિયા ભલે ન મળે, ૬૦૦-૭૦૦નો જ ફાયદો થઈ રહ્યો હોય, એટલે કે ભાવ ૮૭૦.૭૧ પર જ પહોંચ્યો છે, ત્યારે પણ તમે નફો મેળવી લો. ડે ટ્રેડમાં તમારે ૧૦ વાગ્યાની આસપાસ એન્ટ્રી લઈ ૧૨ વાગ્યાની આસપાસ નીકળવાનું વિચારવા લાગવાનું છે.

મારું પ્રથમ પુસ્તક 'શૅરબજારમાં જીતના સિદ્ધાંત' માં મેં જે ઇન્ટ્રાડે ટ્રેડિંગની ફૉર્મ્યુલા જણાવી હતી (૨૦૧૩ની પ્રથમ આવૃત્તિમાં), તે આ પ્રકારે હતો -

પ્રથમ દિવસનો બંધ ભાવ, પ્રથમ દિવસનો ખૂલેલો ભાવ સકારાત્મક હોય તો શૅર ખરીદવાની યાદીમાં રાખવાનો છે. પરંતુ બીજા દિવસના ફૉર્મ્યુલામાં થોડો ફેર હતો.

ટ્રેડવાળા દિવસનો ખૂલેલો ભાવ, અગાઉના દિવસનો બંધ ભાવ નકારાત્મક હોય તો તેને ખરીદવાનો છે. અહીં અર્થ એ છે કે, ઘણી વખત થાપ આપવા માટે જે શૅર વધનાર હોય છે, તે થોડો સમય નીચે પણ ખૂલી શકે છે. તેથી જો ૧૦ વાગ્યા સુધી તમારી યાદીમાં કોઈ શૅર નીચે પણ ખૂલ્યો હોય, એટલે કે આજનો ખૂલવાનો ભાવ - અગાઉનો બંધ = નકારાત્મક. પરંતુ ૧૦ વાગ્યા સુધી શૅર વધીને અગાઉના બંધથી ઉપર ટ્રેડ કરી રહ્યો હોય તો પણ તમે ઇન્ટ્રાડેમાં તેને ખરીદી શકો છો.

એટલે કે અગાઉનો બંધ - અગાઉનો ઓપન = સકારાત્મક

આજનો ઓપન - અગાઉનો બંધ = નૅગેટિવ

૧૦ વાગ્યાની કિંમત - અગાઉનો બંધ = પૉઝિટિવ

તો પણ તમે ઈન્ટ્રાડેની ખરીદી કરી શકો છો.

તમે એક શૅરમાં ૨૦,૦૦૦નો માર્જિન લગાવી એક લાખના શેરની પોઝિશન લીધી તો ત્રણ સ્થિતિ થઈ શકે છે -

૧. બે ટકાએ તમે પ્રોફિટ બુક કરી ૨,૦૦૦ રૂપિયા કમાઈ શકો છો. આ આદર્શ સ્થિતિ છે.

૨. તમે માત્ર ૪૦૦-૫૦૦નો પ્રોફિટ બુક કરી શકશો, એટલે કે ૦.૪૦ ટકાથી ૦.૫૦ ટકા લાભ.

૩. તમે જે ૧૦ વાગ્યા સુધીની સૌથી નીચી કિંમત હતી, તેને સ્ટૉપ લૉસ રાખ્યો હતો અને તે ટ્રિગર થઈ ગયો અર્થાત્ તમારો શૅર એ ભાવ પર આપોઆપ જ વેચાઈ ગયો અને તમને ૫૦૦થી ૧,૦૦૦ રૂપિયાનું નુકસાન થઈ ગયું.

હવે પ્રથમ વાત તો તમે એ યાદ રાખો કે ૧૦ વાગ્યા સુધી જે નીચેનો ભાવ છે તેને સ્ટૉપ લૉસ રાખો. બી. એસ. ઈ.ની વેબસાઈટ, મની કંટ્રોલની વેબસાઇટ, એવી ઘણી વેબસાઇટ છે જેમાં ઓપન પ્રાઇસ, હાઈ પ્રાઇસ, લો પ્રાઇસ સતત અપડેટ થાય છે. તે ટ્રેડર્સની સગવડ માટે તો છે. તમે આંખો બંધ કરીને ટ્રેડ કરવાને બદલે આ તમામને જરૂર જુઓ.

જો ૧૦ વાગ્યા સુધીનો નીચલો ભાવ તમારી ખરીદીના ભાવની આસપાસ જ છે, એટલે કે ૧૦ વાગ્યા સુધીનો નીચેનો ભાવ ૩૮.૬૫ છે અને ૧૦ વાગ્યા સુધીનો ભાવ ૩૮.૭૦ છે તો તમે ૦.૫ પૈસાનું શું સ્ટૉપ લૉસ રાખશો ? આવો સ્ટૉપ લૉસ તો ટ્રિગર થઈ જશે.

તેનો મતલબ એ છે કે સ્ટૉક હજુ નીચે જઈ રહ્યો છે. તેમાં હાથ ન નાખો. તમારો હાથ બળી જશે. તમે ૧૦.૧૫ સુધી, ૧૦.૩૦ સુધી, ૧૧.૦૦ સુધી વધુ નજર રાખો. શૅર જો ૧૦ વાગ્યા સુધી નીચલા ભાવથી પણ ઓછામાં ઓછું ૦.૫૦ ટકા અથવા એક ટકા સુધી ઉપર આવી જાય ત્યારની પોઝિશન લો તથા

તમારો સ્ટૉપ લોસ તમારા ખરીદ ભાવના ૦.૫૦થી એક ટકા ઉપર હશે અને આ આદર્શ સ્થિતિ છે. તેમાં તમારું વધુમાં વધુ નુકસાન ૫૦૦થી ૧,૦૦૦ રૂપિયા સુધી થશે.

અહીં એ વાત હંમેશાં યાદ રાખો કે, ઇન્ટ્રાડેમાં સ્ટૉપ લૉસ રાખવો ઘણો જરૂરી છે. તેમાં જો 'નેક્ડ પોઝિશન' (સ્ટૉપ લૉસ વિનાની પોઝિશન 'નેક્ડ પોઝિશન' કહેવાય છે.) રાખી તો તમારું તમામ માર્જિન ૨૦,૦૦૦ રૂપિયા ખલાસ થઈ શકે છે, કારણ કે શૅર અણધાર્યું ૨૦ ટકા સુધી પણ નીચે જઈ શકે છે.

હું જે સ્ટૉપ લૉસ ન રાખવાનું જણાવું છું તે ડિલિવરીના ત્રણ મહિનાથી ત્રણ વર્ષ સુધીની લાંબી પોઝિશન માટે છે. જે અત્યાર સુધી અબ્દુલ લેતો આવ્યો છે, તેમાં નુકસાનની શક્યતા ના બરાબર હોય છે. તે તમે અગાઉના પ્રકરણમાં વાંચી ચૂક્યા છો.

જેમ કે મેં અગાઉ કહ્યું, 'શું થયું રાવ સાહેબ, કેમ રડી રહ્યા છો ?' રાવ સાહેબને રૂમાલ વડે આંસુ લૂછતા જોઈ મેં પૂછ્યું. 'મારી પાસે ૦.૩૭ પૈસા છે તમે જે રીત જણાવો છો તે ઓછામાં ઓછા ૨,૦૦,૦૦૦ રૂપિયા લગાવનાર માટે છે. તમે મારો સમય બરબાદ કરી રહ્યા છો. મહેરબાની કરીને મને ૫,૦૦૦ રૂપિયા ઉધાર આપો, મારે આ શૅરબજારમાં શીખવું નથી. હું તમારી પાસેથી ૫,૦૦૦ રૂપિયા ઉધાર લઈ ફરી મુંબઈ જઈશ અને મારું ઑટો પાર્ટ્સનું કામ કરીશ. મને મારો શેઠ ત્યાં ફરી કામે રાખી લેશે અને હું તમારા ૫,૦૦૦ પણ જલદી પરત આપી દઈશ.'

અબ્દુલ હસ્યો, 'સાહેબ સૌથી વધુ ઉધાર આપતાં ડરે છે. તેમણે મને ક્યારેય એક રૂપિયો ઉધારમાં આપ્યો નથી.'

મેં સ્પષ્ટતા કરી, 'પહેલી વાત તો એ છે રાવ સાહેબ, તમે સમગ્ર રામાયણનું પઠન તો કરવા દો (એક પ્રકારની કહેવત છે. સમગ્ર રામાયણનું પઠન કરવાનો મતલબ લાંબી કહાણી સંભળાવવી અથવા લાંબી વાત કહેવી) હું તમને વચન આપું છું કે, તમને ૩૭ પૈસાથી શરૂ કરાવીશ અને ટૂંક સમયમાં તમારા ડૂબેલા પૈસા પણ પરત લાવીશ તમે મારી તરફ જરા જુઓ તો ખરા. (મારો ધ્યાનનો અભ્યાસ કામે આવ્યો. રાવ સાહેબ મારા ચહેરાના ભાવ જોતાં

જ શાંતિ અનુભવવા લાગ્યા) તમે દરરોજ ૫-૧૦ મિનિટ આંખો બંધ કરીને શાંત મનથી જે પણ શક્તિને તમે માનો છો, ભલે તેને ગમે તે નામ આપો પરંતુ તેનું ધ્યાન ધરો.

તે ઓમકાર, નિરાકાર, ગૉડ, કર્તાપુરુષ, ધ સુપ્રીમ પાવરનું જરા ધ્યાન તો ધરો, જેણે તમને બનાવ્યા છે. જેનાથી આ સમગ્ર વિશ્વનું સંચાલન થઈ રહ્યું છે. વીજળીની શક્તિથી તમામ ઉપકરણો ચાલે છે પરંતુ તમે ક્યારેય વીજળી જોઈ નથી. તેનો માત્ર વિચાર કરી શકો છો કે એવી કોઈ શક્તિ છે, જે તમામ વીજળનાં ઉપકરણોને ચલાવે છે. એવી જ કોઈ શક્તિ તમારી અંદર પણ છે, જે તમને ચલાવે છે. આ શક્તિ નીકળી જશે તે દિવસે તમને કાં તો દફનાવી દેશે કાં તો બાળીને રાખ કરી નાખશે. તમે અભિમાન અને અહંકાર કરવાનું છોડી ૧૦ મિનિટ સુધી તમામ લાલચ, કામ, ક્રોધ, તણાવ, ચિંતા, ફિકર, શૅરબજાર, ઉત્તેજના છોડીને આંખો બંધ કરી તે શક્તિનું સ્મરણ કરો. તમારા ધર્મમાં તેને જે પણ કહેતા હો, તે નામથી સ્મરણ કરો, કારણ કે માલિક, જેણે તમામ ધર્મ અને તમામ ભાષાઓ બનાવી છે તે બધું સમજે છે કે તમે તેમને જ પોકારી રહ્યા છો. તેનાથી તમારું મન શાંત થઈ જશે. તમને જોઈને બીજા લોકોને પણ શાંતિ મળશે. મેં તેનો અનુભવ કર્યો છે. હું જ્યારે નોહર તાલુકામાં ટી. આર. એ. હતો ત્યારે મારા સાહેબ મામલતદાર મને વારંવાર બોલાવી પાસે બેસવાનું કહેતા હતા. મેં તેમને વિનંતી કરી કે,'સાહેબ, તમે મને અહીં બેસાડી રાખો છો. મારી પાસે ઘણું કામ બાકી પડ્યું છે.'

ત્યારે તેમણે કહ્યું, 'હકીકતમાં તમારામાંથી એવાં કિરણો નીકળે છે કે તમારી પાસે બેસવાથી સ્થિરતા અને શાંતિનો અનુભવ થાય છે.' તો તમે પણ ધ્યાન ધરો, તમારામાંથી પણ આવાં કિરણો નીકળશે.

વાચક મિત્રો મને માફ કરજો, હું વિષયથી ભટકી ગયો છું, પરંતુ આ અભ્યાસ પણ જરૂરી છે. ત્યારે જ તમે શૅરબજારમાં લાલચ અને ભયમુક્ત બનીને કામ કરશો, નહીંતર તમારી લાલચ અને ભય તમને શૅરમાં કામ કરવા નહીં દે અને તમે અશાંતિ, હાઈ બીપી, શુગર, કોલેસ્ટ્રોલથી પીડાતા થઈ જશો.

તો તમારી યાદીમાંથી તમારે તે શરતો પૂર્ણ કરનાર જે પણ ૧-૨,૩,૪ અથવા ૫ શૅર મળે, તેમાં તમારે ખરીદવાની પોઝિશન લેવાની છે.

તેને શૅરબજારમાં લૉંગ પોઝિશન કહે છે.

અહીં પાંચથી વધુ લૉંગ પોઝિશન લેવાની નથી, એટલે કે તમારે મહત્તમ એક લાખનું માર્જિન જ લૉંગ પોઝિશનમાં લગાવવાનું છે.

અબ્દુલે પૂછ્યું, 'સાહેબ કોઈ દિવસ મને માત્ર બે શૅર ખરીદવા લાયક લાગે તો શું હું તેમાં ૫૦,૦૦૦-૫૦,૦૦૦ની પોઝિશન લઈ લઉં ?'

'ના અબ્દુલ, આ નિયમ વિરુદ્ધ છે. તમારે લાલચ અને ભયથી મુક્ત રહીને આજ્ઞા પ્રમાણે જ આ કામ કરવાનું છે. કોઈ દિવસ લૉંગ પોઝિશનમાં બે શૅર જ તમને મળે છે તો પણ તેમાં ૨૦,૦૦૦-૨૦,૦૦૦ની પોઝિશન જ લેવાની છે. હા એક મહિનો ડે ટ્રેડ કરવાથી આ રીતે તમે લગભગ ૪૦,૦૦૦થી ૧,૦૦,૦૦૦ રૂપિયા મહિને કમાઈ લેશો ત્યારે તમે આગામી મહિને આ નફાનો અડધો ભાગ ડે ટ્રેડની સાઇઝ વધારવાના કામમાં લઈશું.

'એટલે કે પ્રથમ મહિને તમારો એક લૉટ ૨૦,૦૦૦-૨૦,૦૦૦ના માર્જિનવાળો છે. ત્યારે તમે એક મહિનામાં માની લો ૬૦,૦૦૦ રૂપિયાની જ કમાણી કરો છો તમારે ૩૦,૦૦૦ રૂપિયા તો તમારા કેશ ડિલિવરીવાળા ખાતામાં રાખવાના છે અને ૩૦,૦૦૦ રૂપિયા ડે ટ્રેડના બે લાખમાં ઉમેરી આગામી મહિને ૨,૩૦,૦૦૦થી ટ્રેડ કરવાનો છે. હવે તમે તેના ૧૦ ટકા રકમ એટલે કે ૨૩,૦૦૦-૨૩,૦૦૦ માર્જિન પોઝિશનમાં રોકી શકો છો. તેને આ જ પ્રકારે વધારવા અને ઘટાડવાનું છે. ઘટાડવાનો અર્થ એ છે કે તમે ઘણા કમનસીબ છો. આટલા નિયમ સ્ટૉપ લોસ અને ઉપદેશ સમજીને પણ માની લો તમે સમગ્ર મહિના સુધી કમાવવાને બદલે ૨૦,૦૦૦ ગુમાવી દીધા. હવે તમારી મૂડી ઘટીને ૧,૮૦,૦૦૦ થઈ ગઈ તો લૉટ સાઇઝ ઘટાડીને ૧૮,૦૦૦-૧૮,૦૦૦ કરવાની છે.

'શું હું દરરોજ મારા નફાનો અડધો ભાગ લૉટ સાઇઝ વધારવા માટે ઉપયોગમાં લઈ શકું છું ?'

'હા, પરંતુ વધારવા અને ઘટાડવાના બંને નિયમોનું પાલન કરી શકો તો.'

અત્યારે આપણે માત્ર વધનાર શૅરોની વાત કરી, એટલે કે લૉંગ

પોઝિશનના આ પ્રકારના વધનાર શૅરમાં વેચવાની પોઝિશન (શોર્ટ પોઝિશન) લેવાની છે.

ઇન્ટ્રાડે, ફ્યુચર ઍન્ડ ઑપ્શનમાં તમે ખરીદ્યા વગર પણ પહેલાં વેચી શકો છો, પછી ખરીદી શકો છો. તેને શૅરબજારની ભાષામાં 'શોર્ટ સેલિંગ' કહે છે. એમાં નફો એ રીતે થાય છે કે તમે કોઈ શૅર ૧૦૦ રૂપિયાના ભાવે વેચી ૯૦ રૂપિયાના ભાવે ખરીદો છો તો તમારો નફો ૧૦ રૂપિયા પ્રતિ શૅર થઈ ગયો.

તો હવે તમે ફરી બી.એસ.ઈ. ઇન્ડિયાની વેબસાઇટ ખોલો. તમારી બંને યાદીમાંથી હવે બીજી તે યાદી ઉઠાવો જેના પર લખ્યું હતું -'શૅર જેના ઘટાડાની શક્યતા છે.' તેમાં જે ૪-૫ શૅર તમે રાત્રે અલગ રાખ્યા હતા, તેના અગાઉની ક્લોઝ પ્રાઇઝ (ગઈ કાલનો બંધ ભાવ)ને આજના ખૂલવાના ભાવમાંથી ઘટાડીને જુઓ. જો નકારાત્મક આંકડો આવતો હોય એટલે કે સ્ટૉક આજે પણ નીચે ખૂલ્યો હોય તો તમે ઇન્ટ્રાડેમાં લગભગ બે ટકાનો ટાર્ગેટ રાખી વેચો. અહીંયાં ૧૦ વાગ્યા સુધી સ્ટૉક જે પણ ઉચ્ચ સ્તર અથવા હાઈ જણાવ્યો હોય તેને પણ એક બાજુ લખી રાખો. તેને તમારે સ્ટૉપ લૉસ તરીકે ઉપયોગ કરવાનો છે.

ઉદાહરણ તરીકે, તમે સોમવારે રાત્રે જુઓ છો કે આઈ.ટી.સી.નો શૅર સોમવારે ૧૬૫.૧૫ પર ખૂલીને ૧૬૦.૧૩ પર બંધ થયો હતો અને તેની ૩૦ ડી.એમ. એ. ૧૬૨.૧૫ હતી. આથી નીચે નૅગેટિવ બ્રેકઆઉટની શ્રેણીમાં પણ આવી રહ્યો હતો. તો તમે તેને આગામી દિવસે વેચવાની યાદીમાં રાખી લીધો હતો. હવે બીજા દિવસે ૧૦.૦૦ વાગ્યે તમે જુઓ છો કે આઈ.ટી.સી. ૧૫૯.૧૦ પર ખૂલ્યો હતો અને ૧૬૩.૪૦ સુધી ઉચ્ચ સ્તર બનાવ્યું હતું અને અત્યારે (૧૦ વાગ્યા આસપાસ)૧૫૮.૧૫ પર ટ્રેડ કરી રહ્યો છે, તો આજનો ખૂલવાનો ભાવ ૧૫૯.૧૦માં ગઈકાલના બંધ થવાના ભાવ ૧૬૦.૧૩ને બાદ કરો તો નૅગેટિવમાં પરિણામ મળે છે. એટલે સ્ટૉકે ત્રણેય શરતો પૂર્ણ કરી દીધી છે -

૧. ૩૦ દિવસની મૂવિંગ એવરેજથી નીચે બંધ થયો હતો.

૨. જે દિવસે ૩૦ દિવસની મૂવિંગ એવરેજથી નીચે બંધ થયો, તે દિવસે પોતાના ખૂલવાના ભાવથી નીચે બંધ થયો હતો.

૩. આગામી દિવસે પણ નીચે જ ખૂલ્યો હતો.

આથી તમે ૧૫૮.૧૫ની આસપાસ ઈન્ટ્રાડે પોઝિશન લો છો. માની લો, તમારો દલાલ તમને ૨૦ ટકા માર્જિન પર પોઝિશન લેવા દે છે. તો તમને ૨૦,૦૦૦ની માર્જિન મની પર લગભગ ૧,૦૦,૦૦૦ રૂપિયાના આઈ.ટી.સી.ના શૅર વેચવાની સગવડ મળી જાય છે. એટલે કે તમે ૧૫૮.૧૫ના ભાવે ૬૩૨ આઈ.ટી.સી.ના શૅરને વેચવાની પોઝિશન માત્ર ૨૦,૦૦૦ માર્જિન મની લગાવી લઈ લો છો.

હવે તમારે બે ટકાનો ટાર્ગેટ લઈને ચાલવાનું છે. એટલે કે ૧૫૪.૯૮નો લગભગ ભાવ એક-બે કલાકમાં મળી જાય તો પોતાની પોઝિશન કવર કરી લેવાની છે. એટલે કે તમે ૧,૦૦,૦૦૦ની બે ટકા રકમ ૨,૦૦૦ રૂપિયા આ ટ્રેડથી કમાઈ લેશો. તેમાંથી ૧૦૦ રૂપિયા દલાલી બાદ કરી નાખશો તો તમને ૧,૯૦૦ રૂપિયાનો ફાયદો થશે. આ આદર્શ સ્થિતિ છે. પરંતુ ૧૨ વાગ્યે તમારો બે ટકાનો આદર્શ ટાર્ગેટ આવતો નથી અને તમારો ટ્રેડ નફામાં છે, એટલે કે દલાલી બાદ કરતાં તમને ૨,૦૦૦ રૂપિયા ભલે ન મળે, ૬૦૦-૭૦૦નો જ નફો મળી રહ્યો છે. એટલે કે ભાવ ૧૫૭.૧૫ સુધી જ નીચે ગયો છે. ત્યારે પણ તમે એક રૂપિયા પ્રતિ શૅરના હિસાબે તમારો નફો લઈ લો. ડે ટ્રેડમાં તમારે ૧૦ વાગ્યા આસપાસ એન્ટ્રી લઈ ૧૨ વાગ્યાની આસપાસ નીકળવા અંગે વિચારવાનું છે.

મારા પ્રથમ પુસ્તક 'શેરમાર્કેટમાં જીતના સિદ્ધાંત' માં મેં જે ઈન્ટ્રાડે ટ્રેડિંગની ફૉર્મ્યુલા જણાવી હતી (૨૦૧૩ની પ્રથમ આવૃત્તિમાં) તે આ પ્રકારે હતી-

પ્રથમ દિવસનો બંધ ભાવ-અગાઉના દિવસનો ખૂલેલો ભાવ નૅગેટિવ હોય તો શૅર વેચવાની યાદીમાં રાખવાનો છે પરંતુ બીજા દિવસની ફૉર્મ્યુલામાં થોડું અંતર હતું.

ટ્રેડવાળા દિવસનો ખૂલેલો ભાવ-અગાઉના દિવસનો બંધ ભાવ પૉઝિટિવ હોય તો પણ તેને વેચી શકો છો. અહીં અર્થ એ છે કે ઘણીવાર છેતરવા માટે જે નબળા શૅર નીચે જવાના હોય છે. તે થોડો ઉપર જ ખૂલે છે. છેવટે જો ૧૦ વાગ્યા સુધી તમારી યાદીમાં કોઈ શૅર ઉપર પણ ખૂલ્યો હોય, એટલે કે આજનો ઓપન - અગાઉનો બંધ = સકારાત્મક પણ હોય, પરંતુ ૧૦ વાગ્યા સુધી નીચે

જઈ અગાઉના બંધથી નીચે ટ્રેડ કરી રહ્યો હોય તો પણ તમે ઇન્ટ્રાડે માં તેને વેચી શકો છો.

એટલે કે,

અગાઉનો બંધ - આજનો ઓપન = નકારાત્મક,

આજનો ઓપન - અગાઉનો બંધ = સકારાત્મક,

૧૦ વાગ્યાની કિંમત - અગાઉનો બંધ = નૅગેટિવ.

તો પણ તમે તે શૅરને ઇન્ટ્રાડેમાં વેચી શકો છો.

તમે એક શૅરમાં ૨૦,૦૦૦નું માર્જિન લગાવી એક લાખના શૅરની પોઝિશન લીધી છે તો ત્રણ સ્થિતિઓ હોઈ શકે છે.

૧. બે ટકાએ તમે પ્રોફિટ બુક કરીને ૨,૦૦૦ રૂપિયા કમાઈ શકો છો. આ આદર્શ સ્થિતિ છે.

૨. તમે માત્ર ૪૦૦-૫૦૦નો પ્રોફિટ જ બુક કરાવી શકશો, એટલે કે ૦.૪૦ ટકાથી ૦.૫૦ ટકા લાભ.

૩. તમે જે ૧૦ વાગ્યા સુધીની સૌથી ઊંચી કિંમત હતી, તેને સ્ટૉપ લૉસ રાખ્યો અને ટ્રિગર થઈ ગયો એટલે કે તમારી પોઝિશન તે ભાવ પર પોતાની મેળે કવર થઈ ગઈ અને તમને ૫૦૦થી ૧,૦૦૦ રૂપિયાનું નુકસાન થઈ ગયું.

હવે પ્રથમ વાત તો તમે એ યાદ રાખો કે ૧૦ વાગ્યા સુધીનો જે સૌથી ઊંચો ભાવ છે તેને શોર્ટ સેલિંગ કરતી વખતે સ્ટૉપ લૉસ રાખો.

બી.એસ.ઈ.ની વેબસાઇટ એન.એસ.ઈ.ની વેબસાઇટ, મની કંટ્રોલની વેબસાઇટ-એવી ઘણી બધી વેબસાઇટ છે જેમાં ઓપન પ્રાઇસ, હાઈ પ્રાઇસ, લો પ્રાઇસ સતત અપડેટ થાય છે.

આ ટ્રેડર્સની સગવડ માટે જ તો છે. તમે આંખો બંધ કરીને ટ્રેડ કરવાને બદલે આ બધુ જરૂર જુઓ.

જો ૧૦ વાગ્યા સુધીનો મહત્તમ ભાવ તમારા ખરીદ ભાવની આસપાસ જ છે, એટલે કે ૧૦ વાગ્યા સુધીનો મહત્તમ ભાવ ૩૮.૬૫ છે તથા ૧૦ વાગ્યા

સુધીના મહત્તમ ભાવથી ઓછામાં ઓછા ૦.૫૦ ટકા અથવા એક ટકા સુધી નીચે આવી જાય, ત્યારે શોર્ટ સેલની પોઝિશન લો. ત્યારે તમારો સ્ટૉપ લૉસ તમારા ખરીદ ભાવથી ૦.૫૦ ટકાથી એક ટકા ઉપર હશે. આ આદર્શ સ્થિતિ છે. તેમાં તમારું મહત્તમ નુકસાન ૫૦૦થી ૧,૦૦૦ રૂપિયા સુધી મર્યાદિત રહેશે.

હવે માની લો તમે ઇન્ટ્રાડેમાં એક દિવસમાં લગભગ ૬-૭ લૉટ ખરીદી અને વેચી શકો છો, કારણ કે ૩૦ દિવસની મૂવિંગ એવરેજથી ઉપર બંધ થવા અથવા ૩૦ દિવસની મૂવિંગ એવરેજથી નીચે બંધ થવાવાળી શરત છે. તેના કારણે તમે દરરોજ માંડ ૩થી ૫ શૅરમાં ખરીદવા માટેની શરતો પૂર્ણ કરનાર શૅર શોધી શકશો અને ૩-૫ વેચવા માટેની શરતો પૂર્ણ કરનાર શૅર શોધી શકશો. આથી એક જ ટ્રેડિંગના દિવસે પાંચ ખરીદવાવાળા શૅરમાં ૨૦,૦૦૦-૨૦,૦૦૦ માર્જિન રોકાણ કરી વેચવાની શોર્ટ પોઝિશન લેવી, એટલે કે કુલ ૧૦ પોઝિશન પૂરા બે લાખનું માર્જિન રોકાણ કરીને લેવું એક આદર્શ સ્થિતિ છે. જે પ્રત્યેક ટ્રેડિંગ દિવસમાં શક્ય નથી. આ આદર્શ સ્થિતિઓ તમને મહિનામાં ૧-૨ વખત જ મળી શકશે. આથી સરેરાશ રીતે આપણે એ માનીને ચાલીએ છીએ કે તમે ૬થી ૭ પોઝિશન દરરોજ ઇન્ટ્રાડેમાં લઈ શકશો.

ત્યારે જ મારા મોબાઇલની રિંગ વાગી. યોગેન્દ્રનો ફોન હતો. યોગેન્દ્ર બોલ્યો, 'સાહેબ જય મહાદેવ ! માફ કરજો સાહેબ, તમને ખલેલ પહોંચાડી, પરંતુ આજે તો તમારા ઑફિસની રજા છે. તમે તો નવરા જ હશો.'

મેં જવાબ આપ્યો, 'હા, હું તો લગભગ નવરો જ છું.'

યોગેન્દ્રએ કહ્યું, 'ભાગ્યશાળી છો તમે, મને તો આખો દિવસ દુકાનથી નવરાશ જ મળતી નથી. હું પૂછી રહ્યો હતો, મારે નવી સ્કૂટી લેવી છે, કઈ લઉં ? હોન્ડાની લઉં કે જ્યુપિટર લઉં કે સુઝુકીની સ્વીસ લઈ લઉં ?'

મેં કહ્યું, 'જ્યૂપિટર લઈ લો.'

'તમારી પાસે કઈ છે ?'

'જ્યૂપિટર ઝેડ પ્લસ.'

'એવરેજ કેટલી આપે છે ?'

'ક્યારેય ધ્યાન આપ્યું નથી. કંપની ૬૦થી વધુની જણાવે છે.'

'પરંતુ પિતા કહે છે કે સુઝુકીની સ્વિસ સ્કૂટી લઈ લે, તે કેવી છે ?'

'ખબર નથી.'

'સાહેબ લોકો તો હોન્ડાની એક્ટિવા પસંદ કરે છે. તેની રિસેલ વેલ્યૂ છે. તે કેવી છે ?'

'ખબર નથી.'

'સાંભળ્યું છે કે, હીરોએ પણ એક બહાર પાડી છે ?'

'હા યોગેન્દ્ર, તમે હીરોની પણ લઈ શકો છો. તમારી પાસે જ ઝાડોલીમાં તેનો શો રૂમ છે.'

'તો સાહેબ મોટરસાઈકલ સારી રહેશે કે સ્કૂટી ?'

'યોગેન્દ્ર, તું તો આખો દિવસ દુકાને રહે છે, પછી મોટરસાઈકલ હોય કે સ્કૂટી શું ફેર પડે છે ?'

'અરે સાહેબ, માર્કેટિંગનો ધંધો કરવાનો વિચારી રહ્યો છું. આજુબાજુના ગામોમાં ઑર્ડર લઈ માલ પહોંચાડીશ. તેના માટે મોટરસાઈકલ યોગ્ય રહેશે ?'

'ભાઈ યોગેન્દ્ર હું તને શું સલાહ આપું ? તમે જાતે....'

એટલામાં યોગેન્દ્રએ કહ્યું, 'માફ કરજો સાહેબ. હું પછી વાત કરું છું. અત્યારે દુકાને ઘરાક આવી ગયા છે. આવજો સાહેબ, એક મિક્સમાં અગરબત્તી નવી આવી છે અને રેડ લેબલની ચા પણ આવી ગઈ છે.'

હવે તમે સમજી ગયા હશો કે હું મારા ફોલોઅર્સને મારો મોબાઈલ નંબર કેમ નથી આપતો.

મેં જ્યારે સ્કૂટી ખરીદી ત્યારે થોડાક સંશોધન બાદ જાતે નિર્ણય કર્યો હતો. કોઈને પૂછ્યું નહોતું કે કઈ ખરીદું ? કારણ કે મોટાભાગની બ્રાન્ડ એક જેવી જ હોય છે. ૧૯-૨૦નું અંતર તેમની બજાર કિંમત, ડિઝાઈન, એવરેજમાં હોય છે. અહીં હું શૅરબજારના પુસ્તકમાં ઑટોમોબાઈલનો વિષય લઈને કેમ બેસી ગયો ?

એવું એટલા માટે કે તમે કોઈ પણ વેપાર, ભલે તે શૅરબજારનો વેપાર

હોય કે અન્ય કોઈ પણ ક્ષેત્રમાં સફળતા મેળવવી હોય તો એક વિષય પર મક્કમ સંકલ્પ લઈને તે દિશામાં કામ કરવાનું હોય છે. આ જ વાત શૅરબજારમાં શૅરની પસંદગીમાં પણ લાગુ પડે છે. તમારામાં આત્મવિશ્વાસ અને મક્કમ સંકલ્પ ન હોય તો તમે કયો શૅર ખરીદું, કયો વેચું તે અંગે વિચારતા જ રહી જશો અને ક્યારેય શૅર ખરીદ-વેચાણ કરી શકશો નહીં. જેમણે મારું પુસ્તક 'ગીતા જ્ઞાનથી મનની સૂતેલી શક્તિઓને જાગૃત કેવી રીતે કરવી ?' વાંચ્યું છે તે વાચક જાણે છે કે તેમાં ઉપદેશ લખ્યો છે – 'જ્ઞાનીઓની બુદ્ધિઓ એક જ દૃઢ નિશ્ચયવાળી હોય છે. અજ્ઞાનીઓની બુદ્ધિ ઘણા અપાર ભેદભાવ વાળી હોય છે.' તો તમારે શૅરબજારમાં પણ જ્ઞાની બનવું પડશે અને એકવાર સમજી-વિચારી રણનીતિ બનાવી લીધા પછી મક્કમતાથી ચાલવું પડશે, ત્યારે તમે પૈસા કમાઈ શકશો. રોજ રણનીતિ બદલવાથી તમે ભટકી જશો.

જો કે યોગેન્દ્રએ અત્યાર સુધી ના તો કોઈ પણ કંપનીની સ્કૂટી ખરીદી છે કે ના મોટરસાઇકલ. માર્કેટિંગ પણ શરૂ કર્યું નથી. તે હજુ પણ વિચારી જ રહ્યો છે.

મારા વિસ્તારમાં એક ઇ-મિત્રવાળા વ્યાસજી પણ છે, જે વર્ષ ૨૦૦૬થી એટલે કે ૧૧ વર્ષથી જ્યારે પણ હું તેમના ઈ-મિત્ર પર જાઉં છું, પૂછે છે કે તેમણે ડી-મેટ ખાતું ક્યાં ખોલાવવું જોઈએ ? તેમણે શૅરમાં રોકાણ કરવું જોઈએ કે નહીં ? મેં કેટલી કમાણી કરી ? લૉંગ ટર્મમાં ફાયદો છે ? ભગવાન જાણે ૧૧ વર્ષ તો થઈ ગયા, તેમનો નિર્ણય ક્યારે આવશે કોઈ જાણતું નથી, પરંતુ તેમની દાઢીમાં કાળા વાળથી સફેદ વાળા આવવા લાગ્યા છે. વિષય પર પરત ફરીએ છીએ.

તો દરરોજ સરેરાશ તમે ૬-૭ શૅરમાં ઇન્ટ્રાડેમાં તો ૨૦,૦૦૦-૨૦,૦૦૦ રોકી શકશો. તેમાં વેચવાની સાઇડમાં (શોર્ટ સાઇડમાં) અને ખરીદવાની સાઇડમાં (લૉંગ સાઇડમાં) તમારે લગભગ ૫૦ ટકા-૫૦ ટકા પ્રમાણ રાખવું જોઈએ, જેથી ક્યારેક માર્કેટમાં આકસ્મિક એકતરફી ચાલ ઝડપથી વધવા અથવા ઘટવાની આવી ગઈ તો પણ તમે ફાયદામાં જ રહેશો. આ સરેરાશ ૬-૭ શૅરમાંથી કોઈમાં તમને ૧,૦૦૦-૨,૦૦૦નો ફાયદો થશે, કોઈમાં ૮૦૦-૧,૫૦૦નો ફાયદો થશે, કોઈમાં ૪૦૦-૬૦૦નો જ ફાયદો થશે, કોઈમાં ૧,૦૦૦-૧,૫૦૦નું નુકસાન થશે, કોઈમાં૪૦૦-૬૦૦નું નુકસાન થશે તો માની લો

તમારા સાત લૉટની સ્થિતિ આ રહે છે---

૧ શૅરમાં ૧,૪૦૦નો ફાયદો.

૧ શૅરમાં ૧,૧૪૦નો ફાયદો.

૧ શૅરમાં ૮૫૦નો ફાયદો.

૧ શૅરમાં ૬૦૦નો ફાયદો.

૧ શૅરમાં (-)૧, ૦૩૦નું નુકસાન.

૧ શૅરમાં (-)૭૧૪નું નુકસાન.

૧ શૅરમાં (-) ૫૪૦નું નુકસાન.

તો તે દિવસે તમે ઇન્ટ્રાડેમાં ૧,૭૦૬ રૂપિયા કમાઈ શકશો. તો જો તમે પેલા જણાવેલા નિયમોનું પાલન કડક રીતે કરતાં સંપૂર્ણ જાગૃતિની સાથે, લાલચ અને ભયથી મુક્ત થઈ સ્ટૉપ લૉસ રાખીને ડે ટ્રેડ કરો છો તથા શૅરની પસંદગી પણ ૩૦ ડી.એમ.એ.ના આધારે જાતે કરો છો. ઓપન પ્રાઇસ, ક્લોઝ પ્રાઇસ, હાઈ, લો- થી શૅરની ચાલ અને સ્ટોપલોસ પણ જાતે ઓળખીને ચાલો છો તો આ રીતથી સરેરાશ ૧,૫૦૦ રૂપિયા દરરોજ અથવા મહિનાના લગભગ ૩૦,૦૦૦-૩૫,૦૦૦ કમાઈ શકશો. (મહિનામાં ૨૦-૨૨ ટ્રેડિંગ સેશન જ હોય છે.)

નવા વાચકોને ઉતાવળા થવાનું નથી. તે પહેલા અબ્દુલની જેમ બે લાખ રૂપિયા કમાઈ લે, ત્યારે તેમણે ડે ટ્રેડમાં, જો તે સંપૂર્ણરીતે ફુલટાઇમ શૅરબજાર કરવા માગે તો જ આવાનું છે.

નોકરી-ધંધો કરતા લોકો ડે ટ્રેડ કરી શકતા નથી કારણ કે તેમાં માર્કેટ સમયમાં નિયમિત ધ્યાન આપવાની જરૂરત હોય છે, જે તે નોકરીની સાથે-સાથે નહીં કરી શકે. આ વેપારની શ્રેણીમાં આવે છે અને સેવા નિયમોમાં નોકરી સાથે વેપાર કરવાની મનાઈ છે. તેની ફરિયાદ થતાં તમારા ડી-મેટ ખાતાથી પુરાવા મળી શકે છે અને તમને સેવા નિયમોનું ઉલ્લંઘન કરવા બદલ સેવામાંથી બરતરફ કરવામાં આવી શકે છે.

પરંતુ કેશ માર્કેટમાં ડિલિવરી બેઝ ખરીદી વેપારની શ્રેણીમાં આવતું નથી.

તે તો રોકાણની શ્રેણીમાં આવે છે. આથી હું ઇન્ટ્રાડે ટ્રેડ કરતો નથી. લાલચમાં આવી જલદી કૂદી પડવાની સલાહ પણ આપતો નથી. પહેલા તમારે મનીભાઈ ડોટ કોમ જેવી વર્ચ્યુઅલ ટ્રેડિંગ સાઇટ છે તેમાં તમને કાલ્પનિક ટ્રેડ કરવાની સુવિધા મળે છે. તેમાં ટ્રેડ કરવો જોઈએ. જ્યારે તમે ઉપર જણાવવામાં આવેલા નિયમો અને ઉદાહરણો યોગ્ય જણાય તો જ વાસ્તવિક નાણાંથી ટ્રેડ કરવું જોઈએ.

હું પ્રામાણિકતાથી જણાવી રહ્યો છું કે આ પુસ્તકની વાર્તાની જેમ ઉપર જણાવેલ ઉદાહરણ પણ કાલ્પનિક અને અનુમાન પર આધારિત છે. મેં ક્યારેય ઇન્ટ્રાડે કર્યું નથી. આથી તમારે પહેલાં નિયમોની તપાસ કરવી જોઈએ. જો કે, ઇન્ટ્રાડે ટ્રેડિંગ પર મારા જે યુ-ટ્યૂબ વીડિયો છે તેને ટ્રેડર્સ તરફથી ઘણી પ્રશંસા મળી રહી છે. તમે તેને જોઈ શકો છો, તેની નીચે કૉમેન્ટ વાંચી શકો છો.

રાવ સાહેબે કહ્યું, 'તો હવે મારા ૩૭ પૈસાથી કેવી રીતે શરૂ કરવાનું છે, આ ઇન્ટ્રાડે અને અત્યાર સુધી તમે ફ્યુચર ઍન્ડ ઑપ્શન તો જણાવ્યું જ નહીં ?'

મેં જવાબ આપ્યો, 'જે રીતે ઇન્ટ્રા ડે માટે ઓછામાં ઓછા ૨,૦૦,૦૦૦ રૂપિયા મારી જણાવેલી રીતથી મૂડી ભેગી કર્યા બાદ શરૂ કરવાનું હોય છે. તે જ રીતે ફ્યુચર ઍન્ડ ઑપ્શન માટે જરૂરી શરતો છે -

(૧) શરૂઆતમાં ઇન્ટ્રાડે ટ્રેડ કરી તેમાં ઓછામાં ઓછા એક લાખ રૂપિયા કમાણી કરી પોતે સફળ ટ્રેડર હોવાની યોગ્યતાને પારખવું અને સાબિત કરવું.

(૨) ઑપ્શન ટ્રેડ માટે ઓછામાં ઓછા ત્રણ લાખની મૂડી જોઈએ (વર્ષ ૨૦૧૭ના સંદર્ભમાં) તમે ઇન્ટ્રાડેમાં જ્યારે ૨,૦૦,૦૦૦થી શરૂઆત કરશો તો ઉપરની શરત મુજબ જ્યારે પણ ૧,૦૦,૦૦૦ રૂપિયાની કમાણી કરી લેશો ત્યારે તમે ઑપ્શન ટ્રેડિંગની યોગ્યતા મેળવી લેશો, કારણ કે તમારી પાસે ત્રણ લાખની મૂડી પણ થઈ જશે.

(૩) ઑપ્શન ટ્રેડ કર્યા પછી જ્યારે પણ તમારી મૂડી આઠ લાખ રૂપિયા થઈ જાય, ત્યારે તમે ફ્યુચર ટ્રેડ માટે યોગ્ય બની જશો. પરંતુ ભારતમાં હજુ ફ્યુચર ઍન્ડ ઑપ્શનના મોટાભાગના સોદા ઑપ્શનમાં જ થાય છે, એટલે કે ઑપ્શન ટ્રેડ શરૂ કર્યા પછી તમારે

ફ્યુચરમાં ટ્રેડ કરવાની જરૂર જ નહીં રહે.

'તો મારા ૩૭ પૈસાથી કેવી રીતે શરૂ કરું ?'

'જુઓ રાવ સાહેબ, તમે એક આંધળા અને પગથી દિવ્યાંગની વાર્તા તો સાંભળી હશે. એક આંધળો હતો, એક દિવ્યાંગ હતો. જ્યારે બંનેએ ભાગીદારી કરી લીધી તો આંધળાને આંખ મળી ગઈ તેણે દિવ્યાંગને પોતાના ખભા પર બેસાડી દીધો, હવે ક્યારેય પણ જવાનું થતું પગ વિનાનો દિવ્યાંગ જોઈને રસ્તો બતાવતો રહેતો અને આંધળાના પગથી ચાલવાને કારણે દિવ્યાંગને પણ પગ મળી ગયા હતા.'

'હું સમજ્યો નહીં.' રાવ સાહેબ છેલ્લા ત્રણ દિવસમાં પ્રથમ વખત હસ્યા હતા.

'અબ્દુલ અને તમે પેલા આંખ વિનાના અને પગથી દિવ્યાંગની જેમ જ છો. અબ્દુલે બે લાખની મૂડી શૅર વડે કમાણી કરી ઈન્ટ્રાડેની યોગ્યતા મેળવી લીધી છે પરંતુ તે નોકરી કરે છે. સમાચારપત્રની જીપ ચલાવવાને કારણે તે ફુલટાઈમ ડે ટ્રેડ કરી શકતો નથી. તમારી પાસે શૅરમાં વેપાર માટે કૉમ્પ્યૂટર અને હાઈ સ્પીડવાળી ઑફિસ છે, પરંતુ પૈસા નથી.

'તમે અબ્દુલની સાથે મળી, અબ્દુલ માટે વર્કિંગ ભાગીદાર બનીને મેં જણાવ્યું છે તે નિયમ પ્રમાણે ડે ટ્રેડ કરો.

'એક મહિનામાં તમે જે પણ કમાણી કરશો, તેમાંથી અબ્દુલ તમારી ઑફિસનું ભાડું, વીજળીનું બિલ, ડેટા ચાર્જ આપી જે વધશે તેમાંથી તમને અડધો ભાગ આપશે.

'કેમ કે તમે અબ્દુલ માટે ફુલ ટાઈમ કામ કરશો, આથી તે અડધા ભાગમાંથી તમારે ૧૦ ટકા શૅરમાં કૅશ ડિલિવરી બેઝ રોકાણ માટે અલગ રાખી બાકી રકમ પોતાના રોજના ખર્ચા પૂર્ણ કરવામાં રોકવાની છે.'

રાવ સાહેબને વિશ્વાસ થઈ ગયો હતો કે તે ઉપર જણાવેલ રીત મુજબ અબ્દુલને સહેલાઈથી ૩૦,૦૦૦થી ૬૦,૦૦૦ રૂપિયાની કમાણી કરી આપી શકે છે. અબ્દુલ પણ સંમત હતો. બંનેએ ભેગા મળી આ કામ કર્યું. આગળ જણાવવાની જરૂર નથી. રાવ સાહેબે ઘણા આત્મવિશ્વાસ અને યોગ્યતાથી,

નિયમોનું પાલન કરી, જેમાંથી ૧૦,૦૦૦ ભાડું અને ખર્ચા બાદ કરી અબ્દુલ અને રાવ સાહેબે ૩૫,૦૦૦-૩૫,૦૦૦ નફો મેળવ્યો હતો.

અબ્દુલ બાકીના ત્રણ લાખ અને દરમહિને ૧૦ ટકાથી પોતાની કૉશ માર્કેટ ડિલિવરી રોકાણ પણ વધારતો રહ્યો હતો.

આ પ્રકરણને વિરામ આપીએ છીએ.

આ પ્રકરણમાંથી શું શીખ્યા ?

નવા વાચકોએ અધીરા ન બનવું જોઈએ. તેઓ પહેલાં અબ્દુલની જેમ બે લાખ રૂપિયા કમાઈ લે, ત્યારે તેમણે ડે ટ્રેડમાં, સંપૂર્ણ રીતે ફુલટાઈમ શૅરબજાર કરવા માગે તો જ આવવાનું છે.

નોકરી ધંધાવાળા લોકો ડે ટ્રેડ ન કરી શકે, કારણ કે તેમાં માર્કેટ સમયમાં નિયમિત ધ્યાન આપવાની જરૂરત હોય છે. તેઓ નોકરીની સાથે નહીં કરી શકે. આ વેપારની શ્રેણીમાં આવે છે અને સેવાના નિયમોમાં નોકરીની સાથે વેપાર કરવો પ્રતિબંધ છે. તે અંગે ફરિયાદ થાય તો તમારા ડીમેટ ખાતા દ્વારા પુરાવા મળી શકે છે અને તમને સેવા નિયમોના ઉલ્લંઘન કરવા બદલ સેવામાંથી બરતરફ પણ કરાઈ શકે છે.

પરંતુ કૅશ માર્કેટમાં ડિલિવરી બેઝ ખરીદી વેપારની શ્રેણીમાં આવતી નથી. તે તો રોકાણની શ્રેણીમાં આવે છે.

ઈન્ટ્રાડે માટે ઓછામાં ઓછા ૨,૦૦,૦૦૦ રૂપિયા મારી જણાવેલી રીત પ્રમાણે મૂડી જમા કર્યા બાદ શરૂ કરવાનું હોય છે. તેવી રીતે જ ફ્યુચર ઍન્ડ ઑપ્શન માટે કેટલીક જરૂરી શરતો છે -

(૧) પહેલા ઈન્ટ્રાડે ટ્રેડ કરીને તેમાં ઓછામાં ઓછી એક લાખ રૂપિયાની કમાણી કરી પોતાને સફળ ટ્રેડર હોવાની યોગ્યતાને પારખવી અને સાબિત કરવી.

(૨) ઑપ્શન ટ્રેડ માટે ઓછામાં ઓછી ત્રણ લાખની મૂડી જોઈએ (વર્ષ ૨૦૧૭ના સંદર્ભમાં) તમે ઈન્ટ્રાડેમાં જ્યારે ૨,૦૦,૦૦૦થી શરૂઆત કરશો તો તમે ઉપરની શરત મુજબ જ્યારે પણ ૧,૦૦,૦૦૦ રૂપિયા કમાઈ લેશો ત્યારે તમે ઑપ્શન ટ્રેડિંગની

યોગ્યતા મેળવી લેશો, કારણ કે તમારી પાસે હવે ત્રણ લાખની મૂડી પણ થઈ જશે.

(૩) ઑપ્શન ટ્રેડ કર્યા પછી જ્યારે પણ તમારી મૂડી આઠ લાખ રૂપિયા થઈ જાય ત્યારે તમે ફ્યુચર ટ્રેડ કરવાના પાત્ર થઈ જશો. પરંતુ ભારતમાં અત્યારે ફ્યુચર ઍન્ડ ઑપ્શનના મોટાભાગના સોદા ઑપ્શનમાં જ થાય છે. એટલે કે ઑપ્શન ટ્રેડ શરૂ કર્યા બાદ તમારે ફ્યુચરમાં ટ્રેડ કરવાની જરૂર નહીં રહે.

❑

અબ્દુલનું ઑપ્શન ટ્રેડિંગ

રાવ સાહેબે ઘણી જ કાર્યક્ષમતાથી ટ્રેડિંગ કરીને એક મહિનો અને ૧૫ દિવસમાં જ અબ્દુલના બે લાખને ત્રણ લાખમાં બદલીને દેખાડી દીધું.

અહીં મારા કેટલાક વાચક ગુસ્સે થઈ શકે છે. મારી યુ-ટ્યૂબ ચૅનલ પર પણ કૉમેન્ટ કરી હતી, 'મૂરખ, શૅરબજારમાં પૈસા કમાવવા આટલા સરળ હોત તો તું જાતે કેમ કમાઈ લેતો નથી ? તું યુ-ટ્યૂબથી પૈસા કેમ કમાય છે ?'

આપણે પૈસા કમાવવાને સરળ માનતા નથી. આપણે કાન અને હૃદયની બારીઓ બંધ કરી રાખી છે. અહીં હું શું સ્પષ્ટતા આપું ? ગુસ્સો કરનાર વાચકોને મારી એક જ સ્પષ્ટતા છે કે 'હાથ કંગન કો આરસી ક્યા, પઢે લીખે કો ફારસી ક્યા' એટલે કે તમે માત્ર મનીભાઈ ડોટ કોમ, દલાલ સ્ટ્રીટ જર્નલ અથવા અન્ય કોઈપણ વર્ચ્યુઅલ ટ્રેડિંગ પ્લેટફોર્મ પર મારી રીત પ્રમાણે વર્ચ્યુઅલ ટ્રેડ કરીને ફરી નિર્ણય લો કે પૈસા કમાવવા સરળ છે કે મુશ્કેલ છે ?

હવે અબ્દુલ અને રાવ સાહેબ ઑપ્શન ટ્રેડિંગ પર પ્રવચન સાંભળવા લલચાયેલા હતા. મેં પૂછ્યું કે શું તેઓ ઑપ્શન ટ્રેડિંગ અંગે કંઈ જાણે છે ?

બંનેએ જવાબ આપ્યો કે તેઓએ માત્ર નામ સાંભળ્યા છે-- કૉલ, પુટ, ઑપ્શન ઈન્ટ્રેસ્ટ, વગેરે તે સિવાય ઑપ્શન ટ્રેડિંગ જ્યારે પણ શીખવાનો પ્રયાસ કર્યો ત્યારે મગજ ફરી ગયું હતું.

ચાલો, આજે હું એટલી સરળતાથી શીખવાડીશ કે તમને આ બાળકોની રમત લાગવા માંડશે. માનો કે આપણને એવું લાગે છે કે બટાકાના ભાવ અત્યારે જે ૨૦ રૂપિયે કિલો છે, તે વધનાર છે કારણ કે એક મહિના બાદ જ્યારે નવા બટાકાની આવક બંધ થઈ જશે ત્યારે બટાકાના ભાવ ૨૦ રૂપિયાથી વધીને ૨૫ રૂપિયા થઈ શકે છે.

તેવામાં આપણે જો ૧૦,૦૦૦ બોરી બટાકાની ૨૦ રૂપિયા બજારભાવથી ખરીદીને સ્ટૉક કરી લઈશું તો જ્યારે ભાવ ૨૫ રૂપિયા થઈ ગયા હોય ત્યારે પાંચ રૂપિયા પ્રતિ બોરીના હિસાબે આપણને ૫૦,૦૦૦ રૂપિયાનો ફાયદો થશે, પરંતુ આપણે તે માટે ૨,૦૦,૦૦૦ રૂપિયાની રકમનું રોકાણ કરવું પડશે.

તેના બદલે બટાકાનો જથ્થાબંધ વેપારી શિવલાલ ઠેકેદાર આપણને એ સવલત આપે છે કે આપણે આજના ભાવ ૨૦ રૂપિયા પ્રતિ કિલો પર ૧૦,૦૦૦ બોરી બટાકા પણ નોંધાવી શકીએ છીએ. આ માટે તે પ્રત્યેક બોરી દીઠ ૧.૩૦ રૂપિયા પ્રીમિયમ લેશે અને મહિનાના અંતિમ ગુરુવારે આપણે તેની પાસેથી ૧૦,૦૦૦ બોરી બટાકા ૨૦ રૂપિયાના ભાવે ખરીદી શકીએ છીએ. આ એક પ્રકારનો વીમો થયો. જો આપણે શિવલાલ ઠેકેદારને આજે ૧૦,૦૦૦ બોરી માટે ૧.૩૦ રૂપિયા પ્રીમિયમ આપી, એટલે કે ૧૧,૩૦૦ રૂપિયા આપી બટાકા નોંધાવીએ છીએ તો શિવલાલ ઠેકેદાર આપણને ૧૧,૩૦૦ રૂપિયા પરત નહીં આપે. તે મહિનાના અંતિમ ગુરુવારે ૧૦,૦૦૦ બોરી બટાકા આપશે, ભલે બજારમાં બટાકાનો ભાવ ગમે તે હોય. હા આપણે ઇચ્છીએ તો બટાકા લઈએ અથવા ઇચ્છીએ તો ન પણ લઈએ, આ આપણી મરજી છે. આપણે નહીં લઈએ તો શિવલાલ ઠેકેદાર ૧૧,૩૦૦નું પ્રીમિયમ રાખી લેશે.

હવે મહિનાના અંતિમ ગુરુવારે આપણા બટાકાનો બજારભાવ વધીને ૨૬ રૂપિયા પ્રતિ કિલો થઈ ગયો. આપણે શિવલાલ પાસેથી ૧૦,૦૦૦ બોરી બટાકા ૨૦ રૂપિયાના ભાવે લઈ તેને જ ૨૬ રૂપિયાના ભાવે વેચી દીધા અને ૬૦,૦૦૦ રૂપિયા નફાના તેની પાસેથી લઈ લીધા.

આપણને હકીકતમાં ફાયદો ૬૦,૦૦૦નો નથી થયો. આપણે ૧૧,૩૦૦ જે પ્રીમિયમ આપ્યું હતું તેને બાદ કરતાં આપણને ૪૮,૭૦૦નો જ ફાયદો થયો.

હવે જો મહિનાના અંતિમ ગુરુવારે બટાકાનો ભાવ ૧૯ હોત તો આપણે શિવલાલ પાસેથી બટાકા લેવા માટે ન જતાં અને આપણને વધુમાં વધુ નુકસાન પેલા પ્રીમિયમ ૧૧,૩૦૦નું જ થતું. ભલે ભાવ ૧૮,૧૭,૧૬,૧૦,૫ ગમે તેટલા ઘટી ગયા હોત. આપણને અધિકાર છે કે આપણે બટાકા ન ઇચ્છીએ તો ન લઈએ પરંતુ ભાવ વધીને ૩૭ રૂપિયા કિલો થઈ ગયા તો પણ શિવલાલ

ઠેકેદાર આપણને ૨૦ રૂપિયાના ભાવે જ બટાકા આપવા બંધાયેલો છે કારણ કે આપણે તેની સાથે સોદો કર્યો છે જે એક પ્રકારનો વીમો છે. તેના બદલે શિવલાલ ઠેકેદારે આપણી પાસેથી ૧૧,૩૦૦ રૂપિયાનું પ્રીમિયમ લીધું હતું.

તો આપણે શિવલાલ ઠેકેદાર પાસેથી 'બટાકા' કંપનીના શેરની '૨૦' રૂપિયાની કૉલ ૧.૩૦ પ્રતિશૅર પ્રીમિયમ પર ખરીદી હતી.

ઑપ્શન ટ્રેડિંગમાં તેને 'કોલ ટ્રેડિંગ' કહે છે. તેનાથી શિવલાલ ઠેકેદાર, જે કોલ વેચી રહ્યો છે તે 'કૉલ રાઈટર' કહેવાય છે. ૨૦ની કિંમત 'સ્ટ્રાઈક પ્રાઈસ' કહેવાય છે. શિવલાલ માત્ર ૨૦ના સ્ટ્રાઈક પ્રાઈસ પર બટાકાના સોદા નહોતો કરી રહ્યો, તેણે આખી ઑપ્શન ચેન બનાવી રાખી હતી. જેમાં ૨-૨ રૂપિયાના અંતરથી ૧૬, ૧૮, ૨૦, ૨૨, ૨૪, ૨૬, ૨૮, ૩૦ અલગ-અલગ સ્ટ્રાઈક પ્રાઈસ હતા, જેનું અલગ- અલગ પ્રીમિયમ હતું. જો આપણે ૧૬ની કૉલ ખરીદતા તો તે પ્રીમિયમ ૫.૩૦ પ્રતિ બોરી લેતો કારણ કે બજાર ભાવ અગાઉથી જ ચાર રૂપિયા વધુ હતા. આથી પ્રીમિયમમાં ચાર રૂપિયા ઉમેરીને જ લેતો. તે જ પ્રકારે આપણે ૨૮ની કૉલ ખરીદતા તો તે ૦.૬૦ પૈસા પ્રીમિયમ પ્રતિ બોરી લેતો કારણ કે તેને પણ ખ્યાલ હતો કે ભાવ ૨૮ સુધી જવાની શક્યતા ઘણી ઓછી હોય છે. આપણે જો ૨૮ની કૉલ ખરીદતા તો તે આપણી પાસેથી ૬,૦૦૦ પ્રીમિયમ લેતો (૧૦,૦૦૦ X ૦.૬૦ = ૬,૦૦૦)અને મહિનાના અંતિમ ગુરુવાર સુધી ૨૮નો ભાવ ન થાય તો આપણું પ્રીમિયમ ૬,૦૦૦ જપ્ત કરી લેતો.

આ પ્રકારે આપણે પણ શીલવાલ પાસેથી ઊલટું બટાકાનો સોદો પણ કરી શકતા હતા. આપણને આશા હોય છે કે બટાકાના ભાવ ૧૭ સુધી નીચે જઈ શકે છે તો આપણે તેને વિકલ્પ આપીએ છીએ કે આપણે તેને ૨૦ના સ્ટ્રાઈક પ્રાઈસ પર ૨.૦૦ રૂપિયા પ્રીમિયમ આપીશું. એટલે કે ૨૦,૦૦૦ રૂપિયા આપીશું તો મહિનાના અંતિમ ગુરુવારે ૧૦,૦૦૦ બોરી બટાકા ૨૦ રૂપિયાના ભાવે વેચવાનો અધિકાર આપી દેશે.

અહીં આપણે શિવલાલ પાસેથી 'પુટ' ખરીદી રહ્યા છીએ, એટલે કે જો ભાવ ૧૭ થઈ ગયો તો શિવલાલ પાસેથી આપણે ૧૭માં ખરીદીને ૨૦માં વેચી દઈશું. આપણને ૩ રૂપિયા પ્રતિ બોરીથી ૩૦,૦૦૦ રૂપિયાનો ફાયદો

થશે. (હકીકતમાં તો ૧૦,૦૦૦ જ મળશે કારણ કે તેણે ૨૦,૦૦૦ તો આપણી પાસેથી પુટનું પ્રીમિયમ લઈ લીધું છે.)

અહીં આપણે 'પુટ' ખરીદી રહ્યા છીએ આથી શિવલાલ 'પુટ રાઈટર' છે. કૉલ પુટ ખરીદવાથી આપણું નુકસાન મર્યાદિત છે, એટલે કે આપણને વધુમાં વધુ પ્રીમિયમનું નુકસાન થશે. ભાવ આપણી ધારણાથી વિપરીત હોય તો આપણે પ્રીમિયમ શિવલાલને આપી ઘરે આવી શકીએ છીએ. પરંતુ શિવલાલ જે કૉલ અને પુટ વેચી રહ્યો છે એટલે કે કૉલ પુટનો રાઈટર છે તેનો ફાયદો મર્યાદિત છે પરંતુ નુકસાનની કોઈ સીમા નથી. તેને માત્ર પ્રીમિયમ મળશે પરંતુ ભાવ ગમે તેટલા નીચે જાય કે વધે તે આપણને બટાકા તે જ સ્ટ્રાઈક પ્રાઈસ પર વેચવા/ખરીદવાની સુવિધા આપશે જેના પર તેણે પુટ/કૉલ વેચી છે.

તો શિવલાલ ગાંડો છે કે શું ?

ના, બજારમાં કૉલ/પુટ રાઈટરને તો વધુ હોંશિયાર માનવામાં આવે છે. કેમ કે મોટાભાગના કૉલ/પુટના સોદા મહિનાના અંતિમ ગુરુવારે એક્સપાયર થઈ જાય છે અને તેને વેચવાવાળાને પ્રીમિયમ મળી જાય છે. એવું એટલા માટે થાય છે કે શિવલાલે જે ૨૮, ૩૦, ૩૨, ૩૪નું કૉલ પ્રીમિયમ લીધું તે ભાવ ૨૬ સુધી જ પહોંચ્યા છે. આથી બટાકા ૨૮, ૩૦, ૩૨, ૩૪ના ભાવે નહીં ખરીદે. આ પ્રકારે જે પુટ ૧૦, ૧૨, ૧૪, ૧૬, ૧૮, ૨૦, ૨૨, ૨૪ની વેચી હતી તે પુટ ખરીદનાર પણ આ ભાવે બટાકા વેચવા નહીં આવે કારણ કે બજારમાં ભાવ ૨૬નો ચાલી રહ્યો છે. તેનું પ્રીમિયમ પણ શિવલાલજી લઈ લેશે.

રાવ સાહેબે પૂછ્યું કે, 'તો શું અમે કૉલ/પુટ રાઈટર બની જઈએ ?'

મેં કહ્યું, 'મરી જશો.'

'એવું કેમ ?'

'કારણ કે એવું નથી કે કૉલ/પુટ વેચતાં જ પ્રીમિયમ તમારા ખાતામાં આવી જાય છે. તમે ભાગી ન જાવ તેથી સ્ટૉક એક્સચેન્જ પહેલાં સારો એવો માર્જિન ગણતરી કરી બ્લૉક કરી દેશે અને એક્સપાયરીવાળા દિવસના બંધ ભાવ પર જો સોદો તમારા પક્ષમાં રહે તો તમને પ્રીમિયમ મળે છે. તેમાં તમારો અંદાજો ખોટો રહે તો ઘણું મોટું નુકસાન થઈ શકે છે.

'તો એવું કેમ કહો છો કે કૉલ/પુટ રાઇટર વધુ હોશિયાર હોય છે ?'

'જો તમારી પાસે ઘણું એવું માર્જિન ઓછામાં ઓછું એક કરોડ રૂપિયાથી વધુ હોય તથા તમે ઘણી બધી કૉલ/પુટ અલગ-અલગ પ્રીમિયમ પર હોશિયારી પૂર્વક રાઇટ કરી શકો તો જ તમે હોંશિયાર ગણાશો નહીં તો માર્કેટ ઘણું ક્રૂર પણ થઈ શકે છે.

(મારા વાચકોની હું માફી માગું છું. જો તે ઇચ્છશે તો હું ઑપ્શન ટ્રેડિંગ પર મારું આગામી પુસ્તક લખીશ પરંતુ અહીં વિગતવાર જણાવવાથી આપણે વિષયથી દૂર થઈ જઈશું. જે મારું આગામી પુસ્તક ઑપ્શન ટ્રેડિંગ પર ઇચ્છે છે તેઓ મને mahesh2073@yahoo.com પર ઈ મેલ કરે. તમારી માંગ પર હું નિર્ણય લઈશ કે આગામી પુસ્તક લખું કે નહીં.)

ટૂંકમાં અબ્દુલ હવે તારે આમ કરવાનું છે. (કરશે તો રાવ સાહેબ, પૈસો અબ્દુલનો છે પરંતુ રાવ સાહેબ સક્રિય ભાગીદાર છે.) જેવી રીતે તમે ઇન્ટ્રાડે માટે મનીકંટ્રોલથી ૩૦ ડી.એમ.એ.થી ઉપર બ્રેકઆઉટ થતા સ્ટૉક અલગ કરી યાદી બનાવો છો. તે પ્રકારે તમારે એવા શૅરની યાદી બનાવવાની છે જે ૨૦૦ ડી.એમ.એ.થી પૉઝિટિવ/નૅગેટિવ બ્રેકઆઉટ થયા છે.

અહીં શરત એ છે કે જે શૅર તેની ૩૦ ડી.એમ.એ., ૫૦ ડી.એમ.એ., ૧૫૦ ડી.એમ.એ., ૨૦૦ ડી.એમ.એ.થી નીચે બંધ હોય તેને નૅગેટિવ બ્રેકઆઉટ માનવાનું છે. તમામ શૅરમાં ઑપ્શન ટ્રેડિંગ નથી થતું. માત્ર મોટી બ્લૂચિપ કંપનીઓમાં જ ઑપ્શન ટ્રેડિંગ થાય છે. આથી તેમને માંડ ૧-૨ શૅર જ એવા પૉઝિટિવ/નૅગેટિવ બ્રેકઆઉટવાળા મળશે.

હવે તમને આગામી દિવસે પૉઝિટિવ બ્રેકઆઉટવાળા શૅરની તમામ સ્ટ્રાઇક પ્રાઇસ અને તેના પર પ્રીમિયમ જોઈ (આ એન.એસ.ઈ.ની વેબસાઇટ પર મળી જશે.) અને માર્કેટ પ્રાઇસ જોઈ માર્કેટ પ્રાઇસની આસપાસના સ્ટ્રાઇક પ્રાઇસ પર યોગ્ય પ્રીમિયમ પર 'કૉલ ઓપ્શન' ખરીદવાનું છે. તે જ પ્રકારે નૅગેટિવ બ્રેકઆઉટવાળા સ્ટોકમાં 'પુટ ઑપ્શન' ખરીદવાનું છે.

(આ વિષય ઘણો વ્યાપક છે. હું એ માની રહ્યો છું કે તમે થોડા-ઘણા ઑપ્શન ટ્રેડ અગાઉથી જાણો છો. નહીં તો મારા નવા પુસ્તકની રાહ જુઓ અથવા આ વિષય પર અન્ય લેખકોનાં પુસ્તકો વાંચો.)

કૉલ અને પુટ પર પ્રીમિયમ માર્કેટમાં શૅરની કિંમતની જેમ સતત બદલાતું રહે છે. તમે કોઈ પણ સમયે વધુ પ્રીમિયમ મળતું હોય તો તમારી કૉલ/પુટ બીજા ખરીદનારને વેચી પ્રીમિયમનું અંતર ફાયદા તરીકે લઈ શકો છો.

દાખલા તરીકે અબ્દુલ તરફથી રાવ સાહેબને આઈ.ટી.સી.નો શૅર નવેમ્બર ૨૦૧૭માં નૅગેટિવ બ્રેકઆઉટ લાગતાં તેઓએ આઈ.ટી.સી.ની ૨૭૦ પુટ ૫.૭૦ પ્રીમિયમ આપી ખરીદી હતી. આઈ.ટી.સી.નો ૨,૪૦૦નો લૉટ છે. રાવ સાહેબને ૨,૪૦૦ x ૫.૭૦ = ૧૩,૬૮૦ રૂપિયા માર્જિન આપવું પડ્યું. હવે રાવ સાહેબ પાસે ૩૦ નવેમ્બર ૨૦૧૭ (અંતિમ ગુરુવાર) સુધીનો સમય છે. જો આઈ.ટી.સી.નો શૅરબજારમાં નીચે જઈ ૨૬૫-૨૬૦નો થઈ ગયો તો આ પ્રીમિયમ પણ વધી જશે. સદભાગ્યે બે દિવસમાં જ આઈ.ટી.સી.નો શૅર ૨૬૪ પર આવી ગયો અને ૨૭૦ની પુટ પ્રીમિયમ વધીને ૮.૭૦ થઈ ગઈ. રાવ સાહેબે આ પુટને માર્કેટમાં બીજાને વેચીને ૨,૪૦૦ x ૩ = ૭,૨૦૦ નફો મેળવી લીધો. (અહીં ૮.૭૦ - ૫.૭૦ = ૩ પ્રીમિયમનું અંતર છે.)

તો રોજ આવી ૧-૨ પુટ/કૉલ ખરીદતાં-ખરીદતાં ત્રણ લાખ રૂપિયામાં સરેરાશ ૮-૧૦ હોલ્ડિંગ બનાવી શકો છો અને મહિનાના અંતિમ ગુરુવારની રાહ જોયા વિના કૉલપુટ પર યોગ્ય નફો મળે તો પ્રોફિટ બુક કરી શકો છો. અહીં તમારે મારા આગામી પુસ્તકની રાહ જોવી પડશે. ત્યાં સુધી તમે અબ્દુલની સ્થિતિ સુધી તો પહોંચો.

હવે અબ્દુલ રોજ કૅશ ડિલિવરી બોય તરીકે પણ કમાઈ રહ્યો હતો. જ્યારે ઑપ્શન માટે બ્રેક આઉટ સ્ટોક ન મળે તો તે ટ્રેડથી કમાણી કરી રહ્યો હતો અને ઑપ્શનમાં પણ કમાણી કરી રહ્યો હતો.

શૅરબજારમાં તેનું કુલ મૂલ્ય છ મહિનામાં જ ૧૦ લાખથી વધુ થઈ ગયું હતું. હવે એક દિવસ યોગેન્દ્રએ તેને પૂછ્યું, ‘મહેશ સાહેબની રીત જોવામાં તો સારી છે પરંતુ અમારા માટે નકામી છે. મારે તો દર મહિને આવક જોઈએ. તે ક્યાંથી લાવું ? દાળ જોખતાં-જોખતાં, મસાલા વેચતાં વેચતાં કંટાળી ગયો છું.’

અબ્દુલે કહ્યું, ‘પરંતુ હું તો હવે દર મહિને શૅરબજારમાંથી ૫૦,૦૦૦ રૂપિયા જેટલા ઘર ખર્ચના ઉપયોગમાં પણ લઉ છું. મારી ટૅક્સી બીજો ડ્રાઈવર ભાડેથી ચલાવે છે. તે પણ આઠ હજાર ઘેરબેઠાં કમાઈને આપે છે. ૪૫,૦૦૦

રાવ સાહેબ કમાઈને આપે છે. હવે હું ૫૦,૦૦૦ સીધા શૅરબજારમાંથી કમાઈ રહ્યો છું.'

'તે કેવી રીતે ?' યોગેન્દ્રનું મોઢું ખુલ્લુ જ રહી ગયું.

'તે હું આવતીકાલે જણાવીશ, અત્યારે તો લોબાનની અગરબત્તી લેવા આવ્યો છું. આજે દરગાહે જઈ રહ્યો છું.'

યોગેન્દ્રએ સિંગાપુર લોબાન અગરબત્તી આપી કહ્યું, 'કાલે જરૂર જણાવજો.'

આ પ્રકરણમાંથી શું શીખ્યા ?

કૉલ/પુટ ખરીદવામાં આપણું નુકસાન મર્યાદિત છે, એટલે કે આપણને વધુમાં વધુ પ્રીમિયમનું નુકસાન થશે. ભાવ આપણા અંદાજથી વિપરીત હોય તો આપણે પ્રીમિયમ રાઈટરને આપી ઘરે આવી શકીએ છીએ.

પરંતુ જે કૉલ/પુટ વેચી રહ્યો છે, એટલે કે કૉલ પુટનો રાઈટર છે તેનો ફાયદો મર્યાદિત છે પરંતુ તેના નુકસાનની કોઈ સીમા નથી. તેને માત્ર પ્રીમિયમ મળશે. ભાવ ગમે તેટલા વધે કે ઘટે પરંતુ તે આપણને તે જ સ્ટ્રાઈક પ્રાઈસ પર વેચવા/ખરીદવાની સુવિધા આપશે જેના પર તેણે કૉલ/પુટ વેચી છે.

માર્કેટમાં કૉલ/પુટ રાઈટર વધુ હોશિયાર માનવામાં આવે છે કારણ કે મોટાભાગે કૉલ/પુટના સોદા મહિનાના અંતિમ ગુરુવારે એક્સપાયર થઈ જાય છે અને તેઓને વેચનારાઓનું પ્રીમિયમ પણ મળી જાય છે.

❑

અબ્દુલે શૅરબજારમાંથી રકમ કાઢવાનું ક્યારે શરૂ કર્યું ?

બીજા દિવસે અબ્દુલ જ્યારે સવાર-સવારમાં પોતાના પુત્ર કરીમ માટે બિસ્કિટનું પૅકેટ લેવા યોગેન્દ્રની દુકાને આવ્યો તો યોગેન્દ્રની દુકાને ગ્રાહકો પણ નહોતા. તેણે અબ્દુલને કહ્યું, 'ભાઈજાન, સૌથી પહેલાં તમે તમારો ગઈ કાલનો વાયદો પૂરો કરો. જ્યારે મહેશ સાહેબે કહ્યું હતું કે તમારી આવકની ૧૦ ટકા રકમ શૅરમાં લગાવવાની છે અને તેને હંમેશાં અલગ રાખી વધારવાની છે અને તમે તેમાંથી ૫૦,૦૦૦ રૂપિયા મહિનાના કેવી રીતે કાઢી રહ્યા છો ?'

અબ્દુલે કહ્યું, 'તમે મહેશ સાહેબને સારી રીતે સમજ્યા જ નથી, તે શું કહી રહ્યા છે. તે કહે છે, 'જ્યારે કોઈ ફેક્ટરી કે ઉદ્યોગનું નિર્માણ થઈ રહ્યું હોય ત્યારે તેનો માલિક અધવચ્ચે તેની અડધી બનેલી દિવાલો અથવા મશીનો વેચી પોતાનો ઘરખર્ચ ચલાવે છે ? 'એટલે કે જ્યારે તમે તેમની રીત મુજબ પોતાની માસિક આવકની ૧૦ ટકા રકમ અલગ રાખીને પોતાના શૅરના ઉદ્યોગ અથવા શૅરના વેપારનો પાયો નાખો છો તો આ એક ફેક્ટરી/કારખાનાનો પાયો નાખવાના નિર્ણય જેવું છે.'

'જ્યારે આ ઉદ્યોગ સંપૂર્ણ બનીને તૈયાર થઈ જશે ત્યારે ઉદ્યોગપતિ તેમાંથી નફો મેળવી તે નફાનો ઉપયોગ કરશે કે બની રહેલી ફેક્ટરીમાંથી એક મશીન વેચી નફો મેળવવાનું શરૂ કરી દેશે ?'

'ના, આ તો મૂર્ખામી ગણાશે.'

'બસ તે જ ભૂલ કરવા માટે મહેશ સાહેબે 'ના' કહ્યું હતું. જ્યારે તમારો શૅર વેપાર સંપૂર્ણ રીતે સ્થાપિત થઈ જશે ત્યારે તમે તેમાંથી પોતાની જરૂરિયાતો માટે મૂડી લઈ શકો છો.'

'હું સમજી ગયો. જ્યારે પણ તમારો પૉર્ટફોલિયો ૧૦ લાખ રૂપિયાથી ઉપર થઈ જાય ત્યારે તમે તેમાંથી શૅર વેચી-વેચીને પૈસા ઘરે લાવી શકો છો.'

'અરે, ના ના, તમે એક ટકા પણ આ સિસ્ટમને સમજી શક્યા નથી. આ તો મધપૂડાને તોડી મધ ઘરે લઈ જવા જેવું છે. મહેશ સાહેબે એવી સિસ્ટમ જણાવી છે કે જેમાં મધપૂડો તોડ્યા વગર મધ કાઢીએ છીએ.'

'તે કેવી રીતે ?'

'જે રીતે મધમાખી પાલન કરનાર લોકો એક ડબ્બો રાખે છે. તેમાં મધપૂડો બનેલો હોય છે. મધપૂડામાં એક નળ લગાવેલો હોય છે. તે અઠવાડિયામાં એક વખત નળ ખોલી થોડું મધ કાઢી લે છે. તેના જેવી જ પદ્ધતિ મહેશ સાહેબે મને સમજાવી છે.'

'ભાઈ વધારે ઉખાણાં ન પૂછશો, જલદી જણાવો, પછી કરીમના બિસ્કિટ પણ તમને આપવાના છે.'

'તો સાંભળો, જ્યારે મારી વાર્ષિક આવક કરવેરા ભરવાની સીમાથી વધી ગઈ (હું જ્યારે ૨૦૧૭માં આ પુસ્તક લખી રહ્યો હતો ત્યારે કરવેરાની મર્યાદા ૨.૫ લાખ રૂપિયા હતી) ત્યારે મહેશ સાહેબે મને કહ્યું કે તમારે ઈ.એલ.એસ.એસ. (ઇક્વિટી લિંક સેવિંગ સ્કીમ) અથવા ટૅક્સ સેવર મ્યૂચ્યુઅલ ફંડમાં રોકાણ કરવાનું છે. મેં કહ્યું, 'કયું ટૅક્સ સેવર, મ્યુચ્યુઅલ ફંડ સારું રહેશે ?'

તેમણે જવાબ આપ્યો, 'હું જે પણ મ્યુચ્યુઅલ ફંડ કંપનીની કુલ કોરપસ (કુલ સંપતિ અથવા કુલ રોકાણ અથવા કુલ સમાયોજિત મૂડી) સૌથી વધુ હોય તેમાં રોકાણ કરવાનું જણાવું છું. સાથે તેનો પાંચ લાખ રૂપિયાથી ઉપરનો ટ્રેક રેકોર્ડ પણ હોવો જોઈએ. તમે તેના મ્યુચ્યુઅલ ફંડ ટેબ જોઈ શકો છો. જેની લિંક છે - http://mutualfundgenius.maheshkaushik.com'

'પરંતુ હું તો એપ ખોલતો જ નથી ! એક તો સમય મળતો નથી, બીજું મને અંગ્રેજી આવડતું નથી.'

'કેમ, તમે તો બી.કોમ. છો ને. હું ૧૨મું ધોરણ પાસ છું પરંતુ મહેશ સાહેબનું અંગ્રેજી સમજી શકું છું કારણ કે તેમણે કહ્યું હતું - ધ્યાનથી વાંચવાનો પ્રયત્ન કરતા રહેવું, જે શબ્દની સમજણ ન પડે તેને ગૂગલ પર સર્ચ કરવું.

ધીરે-ધીરે અંગ્રેજી વાંચવા લાગશો. તેમાં કાળ શીખવા કે વ્યાકરણ શીખવામાં વધારે મગજ ન ચલાવો, માત્ર વાંચવું અને સમજવું.'

'ચાલો જવા દો, પછી શું થયું ?'

'મેં તેમની રીતથી જોયું કે ત્રણ ફંડ એક્સિસ લૉંગ ટર્મ ઇક્વિટી ફંડ, રિલાયન્સ ટૅક્સ સેવર પ્લાન, એચ.ડી.એફ.સી. ટૅક્સ સેવર ફંડ - આવા જેમની કુલ પરિસંચાલક સંપત્તિ પણ ૫,૦૦૦ કરોડથી ઉપર હતી અને તેનો પાંચ વર્ષથી ઉપરનો ટ્રેક રેકોર્ડ પણ સારો હતો પરંતુ મહેશ સાહેબે ના પાડી હતી - મ્યુચ્યુઅલ ફંડને ડાયવર્સીફાય ન કરવું, માત્ર એક ફંડમાં જ રોકાણ કરવું. આથી જ્યારે મારી વાર્ષિક આવક ૩,૧૫,૦૦૦ હતી, તે વર્ષે મેં ૬૫,૦૦૦ રૂપિયા એક્સિસ લૉંગ ટર્મ ઇક્વિટી ફંડમાં રોક્યા હતા. તેનાથી મને ૬૫,૦૦૦ના પાંચ ટકા કરવેરા ૩,૨૫૦ રૂપિયાનો ફાયદો તરત જ મળી ગયો. એટલે કે મારે કરવેરો ભરવો પડ્યો નહોતો.

'આગામી વર્ષે મહેશ સાહેબે જણાવ્યું કે કલમ ૮૦સીમાં મહત્તમ ૧,૫૦,૦૦૦ રૂપિયાની છૂટ મળે છે. આગામી વર્ષે મારી આવક ૪,૦૦,૦૦૦થી વધુ થવાની શક્યતા હતી આથી મહેશ સાહેબે કહ્યું, 'તમે આ જ ફંડમાં ૧૨,૫૦૦ રૂપિયા મહિનાની એસ.આઈ.પી. પણ કરાવી દો.' જેથી વર્ષ સુધીમાં ૧,૫૦,૦૦૦ જમા થઈ જશે. જેના પર પાંચ ટકા કરવેરા ૭,૫૦૦ રૂપિયાનો તમને ફાયદો થશે.'

આગામી બે-ત્રણ વર્ષ સુધી હું આ ૧૨,૫૦૦-૧૨,૫૦૦ની એસ.આઈ.પી. ચલાવતો રહ્યો. જ્યારે મારી વાર્ષિક આવક ૬,૫૦,૦૦૦ હતી ત્યારે તો આ ૧,૫૦,૦૦૦ના રોકાણ પર મને ૨૦ ટકા એટલે કે ૩૦,૦૦૦ની આવક વેરામાં છૂટ મળી અને ચાર વર્ષમાં મારી ફંડ વેલ્યૂ પણ વધીને ૧૦ લાખની આસપાસ થઈ ગઈ. (જે વાચકો ને વિશ્વાસ ન થતો હોય તેમની જાણકારી માટે જણાવી દઉં કે છેલ્લા ચાર વર્ષમાં આ ફંડે લગભગ ૨૧ ટકા જેટલું રિટર્ન આપ્યું છે. તેમાં જો ૫૦ મહિનાની ૧૨,૫૦૦ની એસ.આઈ.પી. હોત, જેમાં ૨૧ ટકા રિટર્ન મળે તો ફંડ વેલ્યૂ ૫૦ મહિનામાં ૧૦ લાખની આસપાસ થઈ જતી)

હવે મહેશ સાહેબે કહ્યું, 'અબ્દુલ હવે અલ્લાહની દયાથી તું શેર બજારમાં સ્થાપિત થઈ ગયો છે. તું ડિલિવરી બેઝ ખરીદીથી લઈને ઑપ્શન ટ્રેડિંગ પણ

કરી રહ્યો છે. હવે તારો મ્યુચ્યુઅલ ફંડ પૉર્ટફોલિયો પણ ૧૦ લાખથી વધુ થઈ ગયો છે.

'હવે તું એક તો ટૅક્સ સેવર ફંડમાં માત્ર ટૅક્સ બચાવવા માટે ૧,૫૦,૦૦૦નું રોકાણ ન કર. હવે તારી પાસે શૅરના ખાતામાં જરૂરી રોકડ પણ રહે છે, કારણ કે આવક વધી રહી છે, પરંતુ તારી કૅશ માર્કેટની ડે ટ્રેડિંગની, ઑપ્શન ટ્રેડિંગના લૉટની સાઇઝ શિસ્તબદ્ધ રીતે જ વધી રહી છે. (જે અંગે આ પુસ્તકમાં અગાઉ જણાવાયું છે કે લૉટ સાઇઝ કેવી રીતે વધી રહી છે) આથી દર મહિને જે તું ૧૨,૫૦૦ રૂપિયા એસ.આઈ.પી.માં લગાવે છે તેના બદલે સમગ્ર બિનઉપયોગી રોકડ, જેની ડે ટ્રેડિંગ માર્જિન, ઑપ્શન ખરીદી, રોકડ ખરીદીમાં જરૂર નથી તેને આ જ મ્યુચ્યુઅલ ફંડમાં નાખતા રહો તથા દર મહિનાની એક તારીખે તમારા મ્યુચ્યુઅલ ફંડ યુનિટ્સની માર્કેટ વેલ્યુ ચૅક કરો. જેમ કે અત્યારે તમારી એક્સિસ લૉંગ ટર્મ ઇક્વિટી ફંડમાં તમામ યુનિટ્સની માર્કેટ વેલ્યુ ચેક કરીને જણાવો તો.'

'જી, આ ૧૨,૫૮,૩૬૭.૫૦ રૂપિયા છે.'

'તમે જેટલી પણ યુનિટ એક તારીખે હોય તેની એક ટકા યુનિટ્સ દરમહિને વેચી તેમાંથી જે રકમ મળશે તે ૧૨,૫૦૦ જેટલી પોતાના ઘરખર્ચ માટે ઉપયોગમાં લઈ શકો છો.'

આ રકમ પણ દરમહિને વધતી જ રહેશે, જે રીતે અબ્દુલ પાસે એક ઓક્ટોબર ૨૦૧૭ના રોજ ૩,૨૩,૯૮૭.૭૫૧૨ યુનિટ્સ હતી, જેની માર્કેટ વેલ્યુ ૩૮.૮૪ની એન.એ.વી. પર ૧૨,૫૮,૩૬૭.૫૦ રૂપિયા હતી. તેમાં એક ટકા યુનિટ એટલે કે ૩૨૩.૯૮ યુનિટ્સ વેચી ૧૨,૫૮૩.૩૮ રૂપિયા રોકડ કાઢી લીધા. ઘર ખર્ચ માટે હવે તેની પાસે ૩૨,૩૯૮.૭૫ - ૩૨૩.૯૮ = ૩૨,૦૭૪.૭૭ યુનિટ બાકી રહી. મહિનાના અંતિમ ગુરુવારે ૨૬ ઓક્ટોબરના રોજ ઑપ્શન સેટલેમેન્ટ બાદ અબ્દુલને લાગ્યું કે, તેની પાસે ૧,૧૩,૬૯૭ રૂપિયાની બિનઉપયોગી રોકડ છે. તેણે તેને તે જ ફંડમાં રોકાણ કરીને ૩૯.૧૫ની એન.એ.વી. પર ૨,૯૦૨.૬૦ યુનિટ્સ નવી ખરીદી લીધી. હવે તેની પાસે કુલ ૩૭,૯૭૭.૩૭ યુનિટ્સ થઈ ગઈ. એક નવેમ્બર ૨૦૧૭ના રોજ ૪૦.૦૯ની એન.એ.વી. પર તેની માર્કેટ વેલ્યુ ૧,૪૦,૨૨૪૨.૭૬ રૂપિયા હતી. અબ્દુલે આ મહિને તેની એક ટકા યુનિટ વેચી ૧૪,૦૨૨ રૂપિયા

ઘર ખર્ચ માટે કાઢી લીધા હતા.

આ પ્રમાણે અબ્દુલને હવે ચઢતા ક્રમમાં નિયમિત ટૅક્સ ફ્રી માસિક આવક મળી રહી છે. મહેરબાની કરીને ધ્યાન આપો, આ આવક પર તેને એકેય રૂપિયો ટૅક્સ આપવાનો નથી, કારણ કે જે યુનિટ્સ વેચી રહ્યો છે તે યુનિટ્સ ચાર-પાંચ વર્ષ અગાઉ ખરીદેલી યુનિટ્સ છે. ટૅક્સ સેવર પ્લાનમાં આમ પણ ત્રણ વર્ષથી પહેલાં યુનિટ્સ વેચી શકતા નથી. ત્રણ વર્ષ પછી તે જે પણ યુનિટ્સ વેચી રહ્યો છે તેનો નફો લોંગ ટર્મ કેપિટલ ગેન્સમાં આવે છે જે ભારતના વર્ષ ૨૦૧૭ના કરવેરા કાયદા મુજબ કરમુક્ત છે.

આ પ્રમાણે અબ્દુલની માસિક આવક કર મુક્ત યુનિટ્સ વેચતાં-વેચતાં ૫૦,૦૦૦ રૂપિયાથી વધુ થઈ ગઈ, કારણ કે જ્યારે તમે એક ટકા યુનિટ્સ વેચો છો તો બાકી વધેલી ૯૯ ટકા યુનિટ્સ પર તમને માર્કેટ પ્રમાણે રિટર્ન મળતું રહે છે. ટૅક્સ સેવિંગ ફંડ આમ પણ વધુ કુશળતાથી પરફોર્મ કરે છે, કારણ કે તેમાં રોકાણકારો ત્રણ વર્ષ પહેલાં રકમ કાઢી શકતા નથી, આથી ફંડ મેનેજર પણ લોંગ ટર્મ રોકાણ કરી શકે છે.

આ પ્રકરણમાંથી આપણે શું શીખ્યા ?

જ્યારે પણ ટૅક્સ જેટલી આવક ૨.૫૦ લાખ રૂપિયા વાર્ષિકથી ઉપર થઈ જાય ત્યારે તમે કોઈ ટૅક્સ સેવિંગ ફંડમાં દરમહિને એસ.આઈ.પી. કરાવી દો અને આ ફંડની વેલ્યુ ૧૦ લાખથી ઉપર થઈ જાય ત્યારબાદ દર મહિને એક ટકા યુનિટ્સ વેચી તમે ઘરખર્ચ માટે રૂપિયા કાઢી લેશો તો તમને ચઢતા ક્રમમાં ટૅક્સ ફ્રી માસિક આવક થવા લાગશે.

❑

ઉપસંહાર

હવે તમે આખું પુસ્તક વાંચી લીધું છે. આશા છે કે હું મારા ઉદ્દેશમાં સફળ રહ્યો. મેં તમને શૅરબજારમાં મારા રોકાણ કરવાના સિદ્ધાંત આ વાર્તાના માધ્યમથી સરળ શબ્દોમાં શીખવાડી દીધા છે. આ પુસ્તકને વાંચ્યા બાદ તમે તેને એમેઝોન, ફ્લિપકાર્ટ, પેટીએમ, પોથી ડોટ કોમ, પ્રભાત પ્રકાશન, જ્યાંથી તમે આ પુસ્તક ખરીદ્યું હોય તે વેબસાઇટ પર તેના અંગે રિવ્યૂ આપવાનું ભૂલતા નહીં કારણ કે તમારા રિવ્યૂ વાંચવાથી મને એક નવી ઊર્જા મળે છે, જેનાથી હું પુસ્તક લેખનના મારા શ્રમસાધ્ય કાર્યને પૂર્ણ કરી શકું છું.

તમારા નકારાત્મક રિવ્યૂ કાચ પર વાગેલા પથ્થરની જેમ મારા હૃદયને તોડી નાખે છે. આથી તમને પુસ્તકના કોઈ પણ મુદ્દાને સમજવામાં મુશ્કેલી પડી રહી હોય તો મહેરબાની કરીને પુસ્તક ફરી વાંચો અથવા મને ઈમેલ કરો. જેમ કે તમે જાણો છો મારી પાસે દરરોજ હજારો ઇ મેલ આવી રહ્યા છે. તમામનો જવાબ આપવો મારા માટે શક્ય નથી પરંતુ જો તમે કોઈ ગંભીર વાત પૂછશો અને મને લાગશે કે જણાવવી જરૂરી છે તો હું બ્લોગ કૉમેન્ટ અથવા યુ-ટ્યૂબ કૉમેન્ટના જવાબ વધુ પ્રાથમિકતાથી આપું છું, કારણ કે ત્યાં જવાબ આપવાથી તમામને ફાયદો થાય છે.

આથી શક્ય હોય તો ઈમેલ કરવાને બદલે બ્લોગ કૉમેન્ટ અથવા યુ-ટ્યૂબ કૉમેન્ટનો ઉપયોગ કરો, જેથી તમને જવાબ મળવાની શક્યતા વધુ રહે.

તો તમે પુસ્તકનું રિવ્યૂ જરૂર કરજો. આ રહ્યાં તે પુસ્તકો જે હું ઈચ્છું છું કે તમે જરૂર વાંચો.

૧. **'શૅરબજારમાં સફળ કેવી રીતે થવું ?'**- આ મારું પ્રથમ પુસ્તક છે. આ સરળ અંગ્રેજીમાં પણ ઉપલબ્ધ છે. પ્રભાત પ્રકાશનમાં હિંદીમાં

પ્રકાશિત છે.

૨. **‘શૅર માર્કેટમાં ચંદુએ કેવી રીતે કમાણી કરી અને ચિંકીએ ગુમાવ્યું’**- મારું બીજું પુસ્તક છે. તેમાં એક જ શૅરમાં મોટું રોકાણ કરવું હોય તો કેવી રીતે કરવું અને શૅરબજારમાં નુકસાનને રોકવા માટેની વાર્તા જણાવાઈ છે. પ્રભાત પ્રકાશન દ્વારા પ્રકાશિત.

૩. **‘જાદુ’**- આ પુસ્તક ‘રાન્ડાબર્ન‘ દ્વારા લખાયેલું છે તેમાં તમને પ્રાર્થનાનું મહત્ત્વ સમજવામાં મદદ મળશે, જે તમારા વિકાસ માટે જરૂરી શરત છે. જો મેં ‘જાદુ’ પુસ્તક વાંચ્યું ન હોત તો આજે આ પુસ્તક પણ તમારા હાથમાં ન હોત.

૪. **‘બેબિલોનનો સૌથી શ્રીમંત વ્યક્તિ’** - આ પુસ્તક વાંચવું જરૂરી છે જ. આ તમામ પુસ્તકોને અમેઝોનથી, ફ્લિપકાર્ટથી, પેટીએમથી ખરીદવા માટેની લિંક મારી એપમાં જે my book લિંક અપાઈ છે, તેમાંથી અપાઈ છે.

૫. **‘ગીતા જ્ઞાનથી મનની સુપ્ત શક્તિઓને જાગૃત કેવી રીતે કરવી ?’**- તેનો લેખક હું નથી. હકીકતમાં મેં એક વખત ગીતાના પુસ્તકમાંથી નોટ્સ બનાવી હતી, જેથી હું મારા હિંદુ ધર્મને સારી રીતે સમજી શકું. તે નોટ્સ આ પુસ્તકના રૂપમાં છે. તે અમેઝોન અને પોથી ડોટ કોમ પર છે. મેં તેની કિંમતને ઓછામાં ઓછી રાખી છે જેથી તમામ તેનો લાભ લઈ શકે.

ભગવાનને મારી પ્રાર્થના છે કે આ પુસ્તક તેમની પ્રેરણા અને શક્તિથી લખાઈ છે, આથી તે સર્વશક્તિમાન જગતનું સંચાલન કરનાર પરમેશ્વર તમને આ પુસ્તકને સમજવા અને તેના જ્ઞાનથી શ્રીમંત બનવામાં મદદ કરે.

તમારા સૌનો આભાર. તમારા ઉત્સાહવર્ધનને કારણે જ આ પુસ્તકને પૂર્ણ કરી શક્યો છું.

તમામને મારા પ્રણામ.

તમારા રિવ્યૂની પ્રતિક્ષામાં.

❑❑❑

www.ingramcontent.com/pod-product-compliance
Lightning Source LLC
LaVergne TN
LVHW051103051026
849532LV00004BB/1416